AF518875

முனைவர் ப.சரவணன்

தமிழ் இலக்கியத்தில் முனைவர் பட்டம் பெற்றவர். பொதுவாசிப்புக்கு உரிய நாவல்கள், சிறுகதைகள், கவிதைகள், வரலாறுகள் போன்றன சார்ந்து 75க்கும் மேற்பட்ட புத்தகங்களை எழுதியுள்ளார். இவர் 'மேகன்' என்ற புனைபெயரிலும் 'டாக்டர் ப. சரவணன்' என்ற பெயரிலும் எழுதி வருகிறார்.

கல்லூரியில் தமிழ் இலக்கியம் பயின்றதால் மரபார்ந்த தமிழ் இலக்கியத்தின் மீது ஈடுபாடு கொண்டிருந்தார். பின்னர், எழுத்தாளர் ஜெயமோகனின் எழுத்துகளின் வழியாக நவீனத் தமிழ் இலக்கியத்தின் மீது விருப்பம் கொண்டு, விரிவாக வாசிக்கத் தொடங்கினார். தொடர்ந்து விமர்சனக் கட்டுரைகளை எழுதினார்.

சொல்புதிது சிற்றிதழ், மருதம் இணைய இதழ் ஆகியவற்றில் சிலகாலம் பணியாற்றினார். தொடர்ந்து சில இலக்கியக் கூட்டங்களை மதுரையில் நடத்தினார். தற்போது 'தமிழ் விக்கி'யின் கல்வித்துறை சார்ந்த ஆசிரியர் குழுவில் உள்ளார்.

நவீனத் தமிழ்ப் படைப்புகளின் மீது மரபார்ந்த தமிழ் ரசனை சார்ந்த விமர்சனங்களை முன்வைத்தவர் என்ற முறையில் இவர் தமிழ் இலக்கியப் பெரும்பரப்பில் அடையாளம் காணப்படுகிறார்.

இவர் பெற்றுள்ள விருதுகள்

1. செந்தமிழ்த் திலகம் விருது – ஜூலை 23, 2011
2. இலக்கியச் சுடர் விருது – ஜூலை 21, 2012
3. எழுத்துலகத் தேனீ – 2022

1857 இந்தியப் புரட்சி

ப.சரவணன்

1857 இந்தியப் புரட்சி
ப.சரவணன் ©

சுவாசம் பதிப்பகம்

முன்னட்டை ஓவியம்: ஓவியர் ஜீவா

1857 India Puratchi
by P.Saravanan ©

First edition: Aug 2023
ISBN: 978-81-19550-00-5

Title Number: Swasam 085

Published by:
Swasam Publications Private Limited,
52/2, Near B.S Mahal, Ponmar,
Chennai, Tamil Nadu – 600127
Email: swasam.publications@gmail.com

Printed by: Real Impact Solutions, Chennai - 600 004.

To buy the book: Swasam Bookart - +91-8148066645
Website: https://www.swasambookart.com/

Copyright © Swasam Pathippagam - All rights reserved.

No part of this publication may be reproduced, distributed, or transmitted in any form or by any means, including photocopying, recording, or any other electronic or mechanical methods, without prior written permission of the publisher, except in the case of brief quotations embodied in reviews and certain other non-commercial uses permitted by copyright law.

Swasam Pathippagam is an imprint of Swasam Publications Private Limited.

உள்ளே...

1. ஆலும் பேக்கின் மண்டையோடு

பிரிட்டிஷ் வரலாற்று ஆசிரியர் டாக்டர் கிம்.ஏ.வாக்னர் (கிம் அட்டி வாக்னர்) லண்டன் குயின் மேரி பல்கலைக் கழகத்தில் பிரிட்டிஷ் ஆட்சியின் காலகட்டம் தொடர்பான வரலாற்றைக் கற்பித்து வருகிறார். அவருக்கு 2014ம் ஆண்டில் ஒரு மின்னஞ்சல் வந்தது. அந்த மின்னஞ்சலில், 'தங்களிடம் ஒரு மண்டையோடு இருப்பதாகவும் அதை என்ன செய்வது என்று தெரியவில்லை' என்றும் ஒரு தம்பதியினர் குறிப்பிட்டிருந்தனர்.

லேசான மஞ்சள் நிறத்தில் இருக்கும் அந்த மண்டையோட்டில் கீழ்த்தாடை இல்லை. பற்கள் உதிரும் நிலையில் உள்ளன. மண்டையோட்டுக் கண்களின் பின்புறம் இருக்கும் குழியில் கையால் எழுதப்பட்ட குறிப்பு இருப்பதாக அவர்கள் கூறினார்கள்.

அந்தக் குறிப்பில் பின்வரும் செய்திகள் இருந்தன.

> 'வங்காள காலாட்படையின் 46வது ரெஜிமெண்ட்டின் ஹவில்தார் ஆலும் பேக்கின் மண்டையோடு இது. இவர் பீரங்கியால் சுடப்பட்டு இறந்தார். ஆலும் பேக்கைப் போன்றே ரெஜிமெண்ட்டின் பிற ஹவில்தார்களும் கொல்லப்பட்டார்கள். பொ.யு.1857ம் ஆண்டு நடந்த சிப்பாய்க் கலகத்தின் முக்கிய தலைவராக இருந்த ஆலும் பேக் கோட்டையை நோக்கிச் செல்லும் பாதையைக் கைப்பற்றினார். ஐரோப்பியர்கள் இந்தக் கிளர்ச்சியில் இருந்து பாதுகாப்பாக

இருப்பதற்காக அந்தக் கோட்டைக்குத்தான் அடைக்கலம் தேடிச் சென்றனர். டாக்டர் கிரஹாம் குடும்பத்தாருடன் வண்டியில் சென்று கொண்டிருந்தபோது, அவருடைய மகளின் எதிரிலேயே ஆலும் பேக் மற்றும் அவருடைய கூட்டாளிகள் கிராஹமைச் சுட்டுக் கொன்றார்கள். அவர்களது அடுத்த இலக்கு மதபோதகரான ரெவரண்ட் மிஸ்டர் ஹண்டர். ரெவரண்ட் ஹண்டர் தனது மனைவியுடன் அந்தப் பாதையில் சென்று கொண்டிருந்தார். ஹண்டரையும் அவர் மனைவியையும் மகள்களையும் கொடுமைப்படுத்திக் கொன்று சாலையோரத்தில் வீசியெறிந்தார் ஆலும் பேக். ஐந்து அடி ஏழரை அங்குல உயரம் கொண்டவரான ஆலும் பேக்கிற்கு 32 வயது இருக்கும். நல்ல திடகாத்திரமான உடல்வாகு கொண்ட அவரின் மண்டையோடு கேப்டன் ஏ.ஆர்.கோஸ்டேலோ (7வது Drag. Guard) மூலம் இங்கு கொண்டுவரப்பட்டது. ஆலும் பேக் பீரங்கியால் சுடப்பட்டபோது, கோஸ்டேலோ அந்த இடத்தில் இருந்தார்.'

வங்காளப் படைப்பிரிவில் பணிபுரிந்த ஆலும் பேக், 1858ம் ஆண்டு பஞ்சாப், சியால்கோட் பகுதியில் பீரங்கி முனையில் கட்டப்பட்ட நிலையில் சுட்டுக் கொல்லப்பட்டார். சியால்கோட் தற்போதைய பாகிஸ்தானின் பஞ்சாப் மாகாணத்தின்கீழ் வருகிறது.

'சுடப்பட்டதற்குச் சாட்சியாக இருந்த ஐரோப்பிய படையின் கேப்டன் கோஸ்டேலோ (ராபர்ட் ஜார்ஜ் கோஸ்டேலோ), அந்த மண்டையோட்டை பிரிட்டனுக்குக் கொண்டுவந்தார்' என்ற தகவலும் அக்குறிப்பில் காணப்படுகிறது. (நன்றி: சௌதிக் பிஸ்வாஸ்–பிபிசி)

லண்டனின் வொயிட்ஹாலில் கண்காட்சியாக இந்த மண்டையோடு வைக்கப்பட்டிருந்தது பற்றிய குறிப்பு பிரிட்டனின் 'தி ஸ்பேர்' என்ற பத்திரிகையில் 1911ம் ஆண்டு பதிப்பில் இடம்பெற்றுள்ளது.

'ராயல் யுனைட்டட் சர்வீசஸ் இன்ஸ்டிடியூஷனின் வொயிட்ஹால் அருங்காட்சியகத்தில் இந்தியாவில் நடைபெற்ற சிப்பாய்க் கலகத்தை நினைவூட்டும் ஒரு நினைவுச்சின்னம் வைக்கப்பட்டுள்ளது.இது ஒருசிப்பாயின் மண்டையோடு.வங்காள ரெஜிமெண்டின் 49வது பிரிவைச் சேர்ந்த ஒரு சிப்பாயும் வேறு 18 பேரும் பீரங்கியால் சுடப்பட்டனர். இந்த மண்டையோட்டைக் கொண்டு அந்த மோசமான காலகட்டத்தையும் உள்ளூர் மக்களின் வன்முறையையும் அதை அடக்க மேற்கொள்ளப்பட்ட கடுமையான நடவடிக்கைகளையும் அறிந்து கொள்ளமுடிகிறது. இன்றைய காலகட்டத்தில் சகித்துக்கொள்ள முடியாத அந்த நடவடிக்கைகளின் நினைவுச் சின்னம், பெரிய அளவிலான பொதுக் கண்காட்சியில் வைக்கப்பட வேண்டுமா?' (நன்றி – 'தி ஸ்பேர், 1911).

ஆலும் பேக் தொடர்பாகப் போதுமான ஆதாரங்கள் இல்லாததால், அவற்றைத் தேடி விசாரணைகளையும் ஆராய்ச்சிகளையும் தொடர்ந்து மேற்கொண்டார் டாக்டர் வாக்னர்.

அவர் லண்டன், டெல்லி ஆகிய இடங்களில் பழைய ஆவணங்களை ஆராய்ந்தார். 1857ம் ஆண்டு ஜூலையில் நான்கு நாட்கள் நடைபெற்ற யுத்தத்தைப் பற்றித் தெரிந்து கொள்வதற்காக வாக்னர் பாகிஸ்தானின் சியால்கோட் நகரத்திற்கும் பயணம் மேற்கொண்டார்.

1857ம் ஆண்டின் கலகத்தில் ஈடுபட்ட புரட்சியாளர்களின் கடிதங்கள், முழக்கங்கள் மற்றும் அறிக்கைகளை வாக்னர் கண்டறிந்தார். அந்தக் காலகட்டத்தின் செய்தித்தாள்களையும் கலகம் தொடர்பான புத்தகங்களையும் படித்தார்.

பிரிட்டன், இந்தியா, பாகிஸ்தானில் ஆராய்ச்சிகளை மேற்கொண்ட பின்னர், தனது ஆராய்ச்சிகளைத் தொகுத்து, 2017ம் ஆண்டு 'தி ஸ்கல் ஆஃப் ஆலும் பேக்: தி லைஃப் அண்ட் டெத் ஆஃப் எ ரெபல் ஆஃப் 1857' என்று புத்தகமாக வெளியிட்டார்.

டாக்டர் வாக்னரின் கருத்துப்படி, ஆலும் பேக்கின் உண்மையான பெயர் அலீம் பேக். வட இந்தியாவின் ஸுன்னி முஸ்லிம் பிரிவைச் சேர்ந்தவர் அவர். வங்காள ரெஜிமென்ட்டுக்காக கான்பூரில் ஆள்சேர்க்கை செய்யப்பட்டது என்ற தகவலின் அடிப்படையில் பார்த்தால், அலீம் பேக் அந்தப் பகுதியைச் சேர்ந்தவராக இருக்கலாம்.

1857ல் பிரிட்டிஷ் இந்தியாவின் சியால்கோட்டில் நடந்த கிளர்ச்சியில் அலீம் பேக் இருந்ததை வாக்னர் உறுதிப்படுத்தினார். வரலாற்றுப் பதிவுகளில் அலீம் பேக் பற்றி ஏதும் இல்லை.

இது குறித்து வாக்னர், "உண்மை என்னவென்றால், சியால்கோட்டில் வெடித்தது மிகவும் தீவிரமானது மற்றும்

குழப்பமான நிகழ்வு. பல வழிகளில் மீரட், டெல்லி மற்றும் பிற இடங்களிலிருந்து வேறுபட்டது. சியால்கோட்டில் தனிமைப்படுத்தப்பட்ட சாஹிப்களைக் கொன்றது இல்லை. மேம்சாஹிப்கள் மீது பாலியல் தாக்குதல் இல்லை மற்றும் அவர்களின் சடலங்களைச் சிதைப்பது இல்லை. பல வாய்ப்புகள் கிடைத்தாலும் (தாங்களாகவே) சிப்பாய்கள் இதுபோன்ற எதிலும் பங்கு கொள்ளவில்லை" என்று ஆதாரத்துடன் குறிப்பிடுகிறார். (நன்றி - https://www.bbc.com/tamil/india)

வாக்னரின் புத்தகத்தில் பீரங்கியில் இருந்து வீசும் காலனித்துவ முறை பற்றிய ஓர் அத்தியாயம் உள்ளது. இது உடல்களை உடைக்கும் வகையில் வடிவமைக்கப்பட்ட தண்டனையின் ஒரு வடிவம்.

ஏன் உடல்களைச் சிதைக்கவேண்டும்? சிதைந்த உடல்களைக் கொண்டு இந்துக்கள், முஸ்லிம்கள் ஆகியோரின் பாரம்பரிய இறுதிச் சடங்குகளைச் செய்ய இயலாது. அதற்காகவே பிரிட்டிஷ் அரசு சிலரை இந்த வகையில் கொன்றிருக்கலாம்.

அதாவது, அவர்களைப் பீரங்கியின் முனையில் கட்டிவைத்து, பீரங்கியை வெடிக்க வைப்பது. அவர்கள் பீரங்கிக் குண்டுகளால் தூக்கி வீசப்படுபவர். அவர்களின் உடல் சிதையும். மயங்கிய நிலையில் இருக்கும் அவர்களைத் தூக்கில் தொங்கவிட்டுக் கொல்லுதல். இந்த முறையில் சித்தரவதைச் செய்யப்பட்டுத்தான் அலீம் பேக் கொல்லப்பட்டிருக்க வேண்டும்.

அலீம் பேக்கின் மண்டையோடு நமக்குக் கிடைத்திருக்கும் ஒரு முக்கியமான, முதன்மையான ஆதாரம். இவரைப் போலவே சிப்பாய்க் கலகத்தின் போதும் அதன் தொடர்ச்சியாகவும் கொல்லப்பட்டவர்கள் பிரிட்டிஷ்-இந்தியாவின் வரலாற்றில் எத்தனை பேர்? அப்படிக் கொல்லப்பட்டவர்களுள் முதன்முதலில் கொலை செய்யப்பட்டவர் யார்? ஏன்? எதற்காக? இந்த வினாக்களுக்கான விடைகளைத் தேடும் முயற்சிதான் இனிவரும் அத்தியாயங்கள்.

2. கிழக்கிந்திய கம்பெனிகள்

பொ.யு.1599ம் ஆண்டு. பிரிட்டிஷ் வணிகர்கள் 24 பேர் ஒன்றிணைந்து ஒரு வணிகத் திட்டத்தைத் தீட்டினர். அவர்கள் 24.9.1599ம் நாள் லண்டனில் கூடிப்பேசி ஒரு முடிவுக்கு வந்தனர். 125 பங்குதாரர்களைத் தங்களுடன் இணைத்தனர். 72,000 ஸ்டெர்லிங்க் பவுண்டு பணத்தைத் திரட்டினர். 'பவுண்ட் ஸ்டெர்லிங்க்' என்பது பிரிட்டிஷ் நாணய அலகு. இந்தத் தொகையை முதலீடாகக் கொண்டு 'கிழக்கிந்திய கம்பெனி'யைத் தொடங்கினர்.

இந்நிறுவனம் கிழக்கிந்தியாவில் வணிகம் செய்யும், லண்டன் நிறுவனங்களின் நிறுவனம் என்னும் பொருளில் நிறுவப்பட்டது. கிழக்கு நாடுகளுடன் வாணிகம் செய்வதற்குரிய அதிகாரபூர்வமான அனுமதியை பொ.யு. 1600ம் ஆண்டு இங்கிலாந்து மகாராணி எலிசபெத் இந்த வணிகர் குழுவுக்கு வழங்கினார்.

பிரிட்டிஷ் கிழக்கிந்திய கம்பெனியானது ஒரு கூட்டுப் பங்கு நிறுவனம். இதனை 'ஜான் நிறுவனம்' என்று குறிப்பிடுவர். பின்னாளில் இந்த நிறுவனம் பருத்தி, பட்டு, தொட்டிச் சாயம், உப்பு, வெடியுப்பு, தேயிலை, அபினி ஆகிய அடிப்படைப் பொருட்களின் வணிகத்தில் இறங்கியது. வணிக முறையிலான முன்னுரிமை பெறும் நோக்குடன் தொடங்கப்பட்ட கிழக்கந்திய கம்பெனிக்கு முதலாம் எலிசபெத் மகாராணியால் ஆங்கிலேய அரசப் பட்டயம் வழங்கப்பட்டது. இப்பட்டயம், கிழக்கிந்தியப் பகுதிகளுடனான எல்லாவிதமான வணிகத்திலும் 21 ஆண்டுகாலத் தனியுரிமையை இந்நிறுவனத்துக்கு உறுதி செய்தது.

இந்தியாவுடன் வாணிகம் செய்வதற்காக அந்த வணிகர்குழு 'மேஃபிளவர்' என்ற கப்பலில் 31.12.1600ம் நாள் புறப்பட்டது. இந்தியாவுக்கு வந்த அவர்களை முதல்மரியாதையோடு வரவேற்றவர் நூருத்தீன் சலீம் ஜஹாங்கிர். அவரது அரசவைக்குக் கிழக்கிந்திய கம்பெனியின் பிரதிநிதியாக சர் தாமஸ் ரோ வந்தார். தங்களின் பண்டகச் சாலையைச் சூரத்தில் நிறுவுவதற்கான அனுமதியை நூருத்தீன் சலீம் ஜஹாங்கிரிடமிருந்து பெற்றார்.

சர் தாமஸ் ரோ தலைமையில் வந்த வணிகர் குழு இந்திய மன்னர்களுக்குள்ளேயே பகைமையை வளர்த்தது. அவர்களிடையே ஆயுதங்களை விற்றது. அவற்றைப் பெற விரும்பிய மன்னர்களுக்கு அதிக சலுகைகளை வழங்கியது.

(தாமஸ் ரோ)

இந்தியாவில் வணிகம் செய்வதற்காக ஏழு கம்பெனிகள் நுழைந்தன. அந்தந்த நாட்டின் பெயரோடு 'கிழக்கிந்திய கம்பெனி' என்ற பெயரை இணைத்துக் கொண்டன.

1. பிரிட்டிஷ் கிழக்கிந்திய கம்பெனி (1600–1874)
2. டச்சுக் கிழக்கிந்திய கம்பெனி (1602–1798)

3. பிரெஞ்சுக் கிழக்கிந்திய கம்பெனி *(1664–1769)*

4. போர்த்துகீஸ் கிழக்கிந்திய கம்பெனி *(1628–1633)*

5. ஆஸ்திரிய கிழக்கிந்திய கம்பெனி *(1775–1785)*

6. டேனிஸ் கிழக்கிந்திய கம்பெனி (முதலாவது *1616–1650*, இரண்டாவது *1670–1729*, ஆசியாட்டிக் கம்பெனி *1730*)

7. ஸ்வீடிஷ் கிழக்கிந்திய கம்பெனி *(1731–1813)*

காலவரிசைப்படி பார்த்தால் பிரிட்டிஷ் கிழக்கிந்திய கம்பெனியைப் பற்றித்தான் முதலில் பார்க்க வேண்டும். ஆனால், இந்தியாவைத் தன்னுடைய கைப்பிடியில் பல ஆண்டுகள் வைத்திருந்த கம்பெனிகளின் வரிசையில் பிரிட்டிஷ் கிழக்கிந்திய கம்பெனிதான் அதிக முக்கியத்துவம் பெறுவதால் அதனைப் பற்றி விரிவாகக் கூறப் பல செய்திகள் உள்ளன. அதனால், அதனைத் தனியே பின்னர் பார்க்கலாம்.

டச்சுக் கிழக்கிந்திய கம்பெனி

டச்சுக் கிழக்கிந்திய கம்பெனி 02.03.1602ம் நாள் நிறுவப்பட்டது. (டச்சுக் கிழக்கிந்திய கம்பெனி அல்லது 'விரிங்கெ ஊஸ்ட்டிண்டிஸ் கம்பெனி', அதாவது, ஐக்கிய கிழக்கிந்திய கம்பெனி – சுருக்கமாக VOC.) டச்சு என்று அழைக்கப்படும் நெதர்லாந்து அப்போது ஸ்பெயின் ஆட்சியின் கீழ் இருந்தது.

அந்நாட்டிடமிருந்து 1581ல் விடுதலை பெறுவதாக அறிவிக்கப்பட்டாலும் 1648ல்தான் ஸ்பெயினிடமிருந்து முழுமையாக விடுதலை பெற்றது. இந்தியப் பெருங்கடல் பகுதி நாடுகளில் நெதர்லாந்து தங்கள் வணிகத்தை நிலைபெறச் செய்யவும், ஸ்பெயினிடமிருந்து விடுதலை பெறுவதற்காகப் பொருளாதார வலிமையைப் பெறவும், இந்த கம்பெனியைத் தொடங்க அனுமதி அளித்தது.

நெதர்லாந்து அரசினால், ஆசியாவில் குடியேற்றவாத நடவடிக்கைகளில் ஈடுபடுவதற்கு, இதற்கு 21 ஆண்டுகாலத் தனியுரிமை வழங்கப்பட்டது. அதன்படி, எந்த நாட்டுடனும் போர் தொடுக்கவும் குற்றவாளிகள் என்று கருதப்படுபவர்களைக் கைதுசெய்து விசாரிப்பதுடன் தண்டனை வழங்குவது, ஒப்பந்தங்களைச் செய்வது, சொந்தமாக நாணயங்கள் அச்சிடுவது, எல்லாவற்றுக்கும் மேலாகக் காலனிகளை நிறுவுவது என்று அனைத்து அதிகாரங்களும் அந்தக் கம்பெனிக்கு வழங்கப்பட்டது.

பொ.யு.17ம் நூற்றாண்டில் டச்சு அரசைச் செழிக்கவைத்த இந்நிறுவனத்தின் காலம் அந்நாட்டின் பொற்காலம் என்று அழைக்கப்படுகிறது. உலகில் முதன்முதலாகத் தொடங்கப்பட்ட பன்னாட்டு நிறுவனம் இதுதான். அத்துடன், முதன்முதலாகப் பங்குகளை விற்கத் தொடங்கிய நிறுவனமும் இதுதான்.

இந்தியா, இந்தோனேஷியா, இலங்கை என்று ஆசியாவின் பல்வேறு பகுதிகளில் இந்த கம்பெனி கொடிகட்டிப் பறந்தது. பொ.யு.16ம் நூற்றாண்டில் போர்த்துக்கீசியர்களின் வசமிருந்த தமிழகத்தின் பழவேற்காடு பகுதி பொ.யு.1606ம் ஆண்டு டச்சுக் கிழக்கிந்திய கம்பெனி வசம் வந்தது.

இந்தியாவின் மேற்குக் கடற்கரை பகுதிகளில் மலபார், கண்ணனூர், கொச்சி, கொல்லம், காம்பத், சூரத், பரோடா, பரூச், கண்ணனூர், கன்னியாகுமரி பகுதிகளிலும், கிழக்குக் கடற்கரைப் பகுதிகளில் தூத்துக்குடி, தரங்கம்பாடி, புலிக்காட், நாகப்பட்டினம், பரங்கிப்பேட்டை, மசூலிப்பட்டினம், டாக்கா, ஹூக்ளி, பிப்பிலி பகுதிகளிலும் மற்றும் அகமதாபாத், முர்சிதாபாத், ஆக்ரா, கான்பூர், பாட்னா, கோல்கொண்டா போன்ற பகுதிகளில் துணிகள், நவரத்தினங்கள், பட்டுத்துணிகள், கண்ணாடிப் பொருட்கள், பீங்கான் பொருட்கள், அபின், மிளகு முதலியவற்றை வணிகம் செய்தனர். *(நன்றி: சரித்திரன், இந்து–தமிழ் திசை, 20.05.2015)*

டச்சுக் கிழக்கிந்திய கம்பெனி ஒல்லாந்திலுள்ள துறைமுக நகரங்களான அம்ஸ்டர்டாம், டெல்வ்ட், ரொட்டர்டாம், என்குசென், ஊர்ன் ஆகியவற்றிலும் சீலாந்திலுள்ள மிடில்பர்க் என மொத்தம் ஆறு வணிக சபைகளைக் கொண்டிருந்தது. இவ்வணிக சபைகள் சேர்ந்து ஹீரென் XVII (பிரபுக்கள் 17) என அழைக்கப்பட்ட சபையை அமைத்திருந்தன.

இதில் 17 உறுப்பினர்கள் இருந்தனர். இவர்களில் எண்மர் அம்ஸ்டர்டாம் சபையைச் சேர்ந்தவர்கள். நான்கு பேர், சீலாந்தைச் சேர்ந்தவர்கள். ஏனைய சபைகள் ஒவ்வொன்றும் ஒவ்வொரு உறுப்பினரைக் கொண்டிருந்தன. 17வது உறுப்பினர்

சீலாந்து அல்லது ஏனைய சிறிய சபைகளில் ஒன்றுக்குச் சுழற்சி முறையில் வழங்கப்பட்டது. இந்த ஆறு சபைகளும் கம்பெனிக்குத் தேவையான தொடக்க மூலதனத்தைச் சேகரித்தன.

ஏறத்தாழ 200 ஆண்டுகள் உலகின் முக்கிய வணிக நிறுவனங்களில் ஒன்றாக விளங்கிய இது, முறிவு நிலை அடைந்ததனால், பொ.யு. 1799ம் ஆண்டு கலைக்கப்பட்டு, இதன் சொத்துக்களும் கடன்களும் அரசினால் பொறுப்பேற்கப்பட்டன. (நன்றி: britannica.com)

பிரெஞ்சுக் கிழக்கிந்திய கம்பெனி

பிரெஞ்சுக் கிழக்கிந்திய கம்பெனி 1664ம் ஆண்டில் நிறுவப்பட்ட ஒரு வணிக நிறுவனமாகும். பிரெஞ்சுக் கிழக்கிந்திய கம்பெனி (கம்பெனி ஃபிரான்சைஸ் டெஸ் இண்டஸ் ஓரியண்டல்ஸ் – 'கிழக்கிந்தியத் தீவுகளின் பிரெஞ்சு நிறுவனம்') இந்தியாவில் பிரிட்டிஷ், டச்சுக் கிழக்கிந்திய கம்பெனிகளுடன் போட்டியிட உருவாக்கப்பட்டதாகும்.

கிழக்கு உலகில் வணிக முயற்சிகளை மேற்கொள்ள ஜீன்-பாப்டிஸ்ட் கோல்பெர்ட்டால் திட்டமிடப்பட்டு, பிரான்சின் பதினான்காம் லூயி மன்னரால் தனியுரிமை வழங்கப்பட்டதாகும். இதற்கு முன்னர் இயங்கிய சீன நிறுவனம், கிழக்கு நிறுவனம், மடகாஸ்கர் நிறுவனம் ஆகிய மூன்று நிறுவனங்களும் இணைக்கப்பட்டு புதிய நிறுவனமாக நிறுவப்பட்டது.

இதன் முதல் தலைமை இயக்குநராக தெ பாயே இருந்தார். இவருக்குத் துணையாக ஜப்பானில் இருபதாண்டுகள் உட்பட, டச்சுக் கிழக்கிந்திய கம்பெனியில் முப்பதாண்டுகள் பட்டறிவு கொண்ட பிரான்சுவா கரோன், இசஃபகான், பெர்சியாவில் வணிகராக இருந்த மர்காரா அவான்சின்ட்ஸ் ஆகியோர் இயக்குநர்களாக இருந்தனர்.

1740ல் இந்தியாவுடனான அதன் வர்த்தக மதிப்பு பிரிட்டிஷ் கிழக்கிந்திய கம்பெனியின் மதிப்பில் பாதியாக இருந்தது.

நிறுவனத்தின் திறமை வாய்ந்த ஜோசெப் பிரான்சுவா தூப்ளேக்ஸ், 1742 பிரெஞ்சு – இந்தியக் குடியேற்றங்களுக்கான தலைமை ஆளுநராக (கவர்னர் ஜெனரலாக) நியமிக்கப்பட்டார்.

(ஜோசெப் பிரான்சுவா தூப்ளேக்ஸ்)

தமது ஆட்சிக்கு உட்பட்ட எல்லைகளை விரிவாக்குவதை நோக்கமாகக் கொண்டு, தனது நடை, உடை, பாவனைகளில் இந்தியப் பண்பாட்டைக் கடைப்பிடித்தார். இந்தியச் சிற்றரசுகளுடன் நட்புறவாடி பிரெஞ்சின் செல்வாக்கை உயர்த்தினார்.

இந்தியக் குடிமக்களைக் கொண்ட ‘சிப்பாய்கள்’ எனப் பெயரிட்ட ராணுவப் படையை உருவாக்கினார். மைசூரின் ஹைதர் அலியும் இவரது சேவையில் இருந்தார். இவற்றால் பிரிட்டிஷார் பெரும் கலக்கமடைந்தனர். ஆனால் ஜோசெப் பிரான்சுவா தூப்ளேக்ஸ்க்கும் லேபூர்தனேக்கும் இடையே நிலவிய பொறாமை அவர்களுக்குத் துணையாயிற்று.

லேபூர்தனே தலைமையிலான பிரெஞ்சுப் படையினர் 1746ல் மதராஸ் சண்டையை அடுத்து மதராசைக் கைப்பற்றிய பின்னர் கோட்டையை மட்டும் வைத்துக்கொண்டு நகரத்தை பிரிட்டிஷாருக்குத் திருப்பிக் கொடுப்பதாக உறுதியளித்தார். இதனைப் புதுச்சேரியிலிருந்த தூப்ளேக்ஸ் எதிர்த்தார்.

அக்டோபரில் லேபூர்தனே புதுச்சேரிக்குத் திரும்பிய பின்னர் தூப்ளேக்ஸ் மற்றொரு படையைச் சென்னைக்கு அனுப்பி அங்கிருந்த பிரிட்டிஷாரை சிறைப்பிடித்தார். புனித ஜார்ஜ் கோட்டையைத் தரைமட்டமாக்கும் திட்டத்தையும் நிறைவேற்ற முயன்றார்.

இவரால் சிறைப்பிடிக்கப்பட்ட பிரிட்டிஷாரில் அப்போது அலுவலக உதவியாளராக (குமாஸ்தா) இருந்த ராபர்ட் கிளைவ்

இந்தியர்களைப் போன்று மாறுவேடமணிந்து கடலூரில் உள்ள தேவனாம்பட்டினம் புனித டேவிட் கோட்டைக்குத் தப்பிவந்து பிரெஞ்சு அரசு செய்த துரோகத்தை வெளியுலகிற்கு வெளிப்படுத்தினார்.

(ராபர்ட் கிளைவ்)

தூப்ளேக்ஸ் *1747*ல் புனித டேவிட் கோட்டையையும் கைப்பற்றப் படைகளை அனுப்பினார். இதனை பிரிட்டிஷாருடன் நட்பு பாராட்டிய ஆற்காடு நவாப் தடுத்தார். நவாபை இணங்கவைக்க தூப்ளே மேற்கொண்ட அனைத்து முயற்சிகளும் தோல்வியுற்றன. நள்ளிரவில் கடலூர்மீது போர்தொடுத்த தூப்ளேக்ஸுக்குப் பெரும் இழப்பு ஏற்பட்டது.

பிரான்ஸ், இங்கிலாந்து நாடுகளுக்கு இடையேயான ஏழாண்டுப் போரின்போது *(1756–1763)* பிரெஞ்சுக்காரர்கள் தோற்கடிக்கப்பட்டனர். *1761*ல் பிரெஞ்சு – இந்தியாவின் தலைநகரான பாண்டிச்சேரி கைப்பற்றப்பட்டது.

பிரெஞ்சுப் பொருளாதாரம் மேற்கிந்தியத் தீவுகளின் வர்த்தகத்தில் மிகுந்த லாபம் அடைந்ததால், பிரெஞ்சுக் கிழக்கிந்திய கம்பெனிக்கு அரசாங்க ஆதரவு இல்லை. அதனால், இந்தியாவுடனான பிரெஞ்சு வர்த்தகத்தின் மீதான அதன் ஏகபோகம் *1769*ல் முடிவுக்கு வந்தது.

போர்த்துகீஸ் கிழக்கிந்திய கம்பெனி

போர்த்துகீஸ் கிழக்கிந்திய கம்பெனி போர்த்துகல் நாட்டு முன்னுரிமை வழங்கப்பட்ட வணிக நிறுவனம் ஆகும். இந்தியாவில் போர்த்துகல் நடத்திய வணிகமானது துவக்கத்திலிருந்தே அரசு ஏகபோகமாக இருந்துள்ளது. இதனை *1500*ம் ஆண்டுவாக்கில் நிறுவப்பட்ட ‘காசா ட இந்தியா’ என்ற அரச வணிக நிறுவனம் மேற்பார்வையிட்டு வந்தது.

ஆண்டுதோறும் இந்தியாவிற்கு அனுப்பப்பட்ட போர்த்துகீஸ் இந்தியக் கப்பல் அணியை நிர்வகித்து வந்தது. இருப்பினும் *1560*களில் காசாவின் நிதிநிலை மோசமடைய *1570*ல் மன்னர் செபாஸ்டியன் இந்தியாவிற்கான வணிகத்தை மேற்கொள்ள அனைத்து போர்த்துக்கீசிய குடிமக்களுக்கும் உரிமை வழங்கினார்.

யாரும் முன்வராத நிலையில் *1578*ம் ஆண்டில் ஒவ்வொரு ஆண்டும் காசா இந்தியாவிற்கான ஏகபோக வணிக உரிமத்தைத் தனியார் வணிகக் கூட்டமைப்புகளுக்கு வழங்கியது. ஆண்டு முழுமைக்குமான இந்த ஒப்பந்த அமைப்பும் *1597*ல் புறக்கணிக்கப்பட்டு அரச ஏகபோகம் தொடர்ந்தது.

*1580*ல் ஏற்பட்ட ஐபீரிய ஒன்றியத்தின்படி இசுப்பானியாவின் மன்னர் பிலிப் II போர்த்துக்கலின் முடிமன்னர் ஆனார். *1598*க்குப் பின்னர் ஆசிய வணிகத்திலும் போர்த்துக்கீஸ் பேரரசின் உடைமைகளிலும் டச்சுக் கிழக்கிந்திய கம்பெனி மற்றும் பிரிட்டிஷ் கிழக்கிந்திய கம்பெனிகளின் ஆக்கிரமிப்பைத் தொடர்ந்து, போர்த்துக்கல்லின் நிலையை உறுதிப்படுத்த மன்னர் சில சோதனைகளை மேற்கொண்டார்.

*1605*ல் 'Conselho da India' என்ற மன்றத்தை நிறுவி போர்த்துகீஸ் இந்தியாவை ஆப்ஸ்பர்க் முடியாட்சியின் நேரடி மேற்பார்வைக்குக் கொண்டு வந்தார். இது முந்தைய போர்த்துக்கீஸ் ஆணையங்களுடன் குறுக்கிட்டதால் *1614*ம் ஆண்டில் இந்த மன்றத்தையும் கலைத்தார்.

*1628*ம் ஆண்டில் இறுதியாக மன்னர் பிலிப் III (இசுப்பானியாவின் IV) வழங்கிய தனியுரிமையின்படி செயலுக்கு வந்தது. இந்த கம்பெனியின் நிர்வாகம் தலைவர் ஜார்ஜ் மஸ்காரென்ஹாஸின் வழிகாட்டுதலில் முதலீட்டாளர்களின் ஆறு நிர்வாகிகளுடன் அமைக்கப்பட்ட பொது இயக்குநர் வாரியத்தின் கட்டுப்பாட்டில் இயங்கியது. இந்த வாரியத்திற்கு முழு உரிமைகள்

வழங்கப்பட்டிருந்தபோதும் நீதிமன்றச் செயல்கள், நிர்வாக நெறிமுறைகள் மற்றும் நிதி ஆளுமை ஆகியன மாட்ரிட்டில் இருந்த மன்னரது அவையின் வணிக வாரியத்திற்குப் பொறுப்பானது.

தனியுரிமைச் சான்றிதழின்படி, முழு மாற்றமடைய கொடுக்கப்பட்ட இரண்டாண்டுகள் வரை, போர்த்துகீஸ் இந்தியக் கப்பல் அணிகளையும்; காசா ட இந்தியா மற்றும் இந்தியக் கிடங்குகளை கம்பெனியும் இணையாக நிர்வகித்தன. கம்பெனி காசாவில் சுங்கத் தீர்வைகளை வசூலித்தும் தினப்படி நிர்வாகத்தையும் கண்காணித்து வந்தது.

ஆறாண்டுக் கூட்டுப் பங்குகளுடன் நிறுவப்பட்ட கம்பெனியின் பங்குகளைக் குறைந்தது 100 பங்குகளுடன் மேலும் ஆறு ஆண்டுகளுக்கு வாங்க முடியும். இந்த நிறுவனத்திற்குப் பவளம், மிளகு, இலவங்கம், கருங்காலி மற்றும் கடற் கிளிஞ்சல்கள் வணிகத்தில் ஏகபோக உரிமை வழங்கப்பட்டிருந்தது. தவிர டச்சு, ஆங்கிலேயக் கப்பல்களிடமிருந்து சூறையாடியவற்றைத் தக்கவைத்துக் கொள்ளவும் பிற நிர்வாக நீதித்துறை அதிகாரங்களும் வழங்கப்பட்டிருந்தன.

மூன்றாண்டுகளுக்கு உறுதியளித்த 15,00,000 குருசடோக்களுடன் மன்னரே பெரும் முதலீட்டாளராக விளங்கினார். லிஸ்பன் போன்ற சில நகராட்சிகளும் முதலீடு செய்தன. தனிநபர்கள் மிகுந்த ஆர்வம் காட்டவில்லை. எனவே, இதனைக் கவர்ச்சிகரமாக்க பங்கு ஈட்டைத் தவிர உறுதியான நான்கு விழுக்காடு ஆண்டு வட்டியும் வேறுசில சிறப்புரிமைகளும் (அரசவையில் பட்டம், கடன் கைப்பற்றுகையிலிருந்து விலக்கு) வழங்கப்பட்டன.

ஸ்பெயின், இத்தாலி நாட்டினரும் முதலீடு செய்ய அனுமதிக்கப்பட்டனர். இருப்பினும் தனிநபர் முதலீட்டை ஈர்க்க இயலவில்லை. துவக்கத்தில் வரையறுக்கப்பட்ட முதலீட்டில் பாதியுடனேயே கம்பெனி செயல்படத் துவங்கியது.

போர்த்துக்கீஸ் கிழக்கிந்திய கம்பெனி வெற்றி பெறவில்லை. முதலீட்டாளர்கள் ஐயத்துடனேயே இருந்தனர். வெளிநாட்டு போர்த்துக்கீஸ் வணிகர்கள் புதிய நிறுவனத்தின் அதிகாரங்களை ஏற்கவில்லை. ஆங்கில–டச்சு நிறுவனங்களின் ஆதிக்கம் ஓங்கியதால், நறுமணப் பொருள் சார்ந்த வணிக இலாபங்கள் சுருங்கின. இறுதியில் 1633ம் ஆண்டு ஏப்ரல் மாதத்தில் கம்பெனி மூடப்பட்டது.

ஆஸ்திரிய கிழக்கிந்திய கம்பெனி

ஆஸ்திரிய கிழக்கிந்திய நிறுவனம் (ஜெர்மன்: ஓஸ்டர்ரிச்சிசே ஒஸ்டிண்டியன்–கொம்பனி) என்பது ஆஸ்டென்ட் மற்றும்

ட்ரைஸ்டேவைத் தளமாகக் கொண்ட தொடர்ச்சியான ஆஸ்திரிய வர்த்தக நிறுவனங்களைக் குறிக்கும். 1775ம் ஆண்டில் வில்லியம் போல்ட்ஸால் நிறுவப்பட்டு 1785ல் மூடப்பட்டன.

1775ம் ஆண்டில், டச்சு வம்சாவளி பிரிட்டிஷ் வணிகர் வில்லியம் போல்ட்ஸ் பேரரசி மரியா தெரசாவின் ஹாப்ஸ்பர்க் முடியாட்சி அரசாங்கத்திற்குத் தனது சேவைகளை வழங்கினார். தற்போதைய இத்தாலியில் உள்ள அட்ரியாடிக் துறைமுகமான ட்ரையஸ்டேவிலிருந்து கம்பெனி ஆளும் இந்தியாவுடன் ஆஸ்திரிய வர்த்தகத்தை நிறுவுவதற்கான திட்டத்தை முன்வைத்தார். அவரது முன்மொழிவு ஏற்றுக் கொள்ளப்பட்டது.

24.09.1776ல் போல்ட்ஸ் பேரரசியின் இளைய மகனான டஸ்கனி கிராண்ட் டியூக் லியோபோல்டின் ஆளுகையில் உள்ள லிவோர்னோவிலிருந்து புனித ரோமானியப் பேரரசின் கொடியின்கீழ் கப்பல் தலைவராக இந்தியாவுக்குச் சென்றார்.

ஆஸ்திரியாவின் அட்ரியாட்டிக் துறைமுகங்கள் மற்றும் பாரசீகம், இந்தியா, சீனா, ஆப்பிரிக்கா மற்றும் மடகாஸ்கரில் இருந்து அமெரிக்காவிற்கும் இடையில் ஏகாதிபத்திய வண்ணங்களின்கீழ் வர்த்தகம் செய்ய அனுமதிக்கும் பத்து ஆண்டு சாசனத்தை அவர் தன்னுடன் எடுத்துச் சென்றார்.

இந்த நிறுவனத்திற்குக் கணிசமான மூலதனம் தேவைப்பட்டது, இது ஆஸ்திரிய நெதர்லாந்தில் (இப்போது பெல்ஜியம்) போல்ட்ஸ் கோரியது. அடுத்த சில ஆண்டுகளில் போல்ட்ஸ் இந்தியாவின் மலபார் கடற்கரையிலும் தென்கிழக்கு ஆப்பிரிக்கக் கடற்கரையில் நவீன மொசாம்பிக்கில் டெலாகோவா விரிகுடாவிலும் நிக்கோபார் தீவுகளிலும் தொழிற்சாலைகளை நிறுவினார்.

இந்தியாவிற்கும் ஐரோப்பியரல்லாத பிற இடங்களுக்கும் இடையில் ஐரோப்பியர்களின் வர்த்தகம் அழைக்கப்பட்டதால், இந்த 'நாட்டு' வணிகத்தை நடத்த அவர் மூன்று கப்பல்களை வாங்கினார். தனது பயணத்தின்போது ரியோ டி ஜெனிரோவில் பிரேசிலிய கொச்சினியல் வண்டுகளைப் பெற்று டெலகோவா விரிகுடாவுக்குக் கொண்டு சென்றார். இதன்மூலம் ஸ்கார்லெட் சாயங்கள் மற்றும் கார்மைன் தயாரிக்க இந்தப் பூச்சியை வங்காளத்திற்கு அறிமுகப்படுத்தினார்.

போல்ட் முதன்முதலில் இந்தியாவுக்கு வந்தபோது, சூரத்தில் கிழக்கிந்திய கம்பெனியால் எழுப்பப்பட்ட எதிர்ப்புச் சுவரை எதிர்கொண்டாலும் விரைவிலேயே மைசூர் நவாப்பும் இந்தியாவில் ஆங்கிலேயரின் வலுவான எதிரியுமான ஹைதர் அலிக்குத் தன்னை அறிமுகப்படுத்திக் கொண்டார். நவாப்பின்

தலைநகரான ஸ்ரீரங்கப்பட்டணத்தில் அவரைச் சந்தித்தார். அங்கு மங்களூர், கார்வார் மற்றும் பாலியாப்பட்டம் ஆகிய நவாபின் மலபார் கடலோரப் பகுதிகளில் வணிகத் தொழிற்சாலைகளை நிறுவ அவருக்கு அனுமதி வழங்கப்பட்டது.

டேனிஷ் கிழக்கிந்திய கம்பெனி

இரண்டு டேனிஷ் கிழக்கிந்திய கம்பெனிகள் இயங்கின. ஒன்று 1616 மற்றும் 1650க்கு இடையிலும், மற்றொன்று 1670 மற்றும் 1729க்கு இடையிலும் செயல்பட்டன. பின்னர் இரண்டாவது கம்பெனி 1730ல் ஆசிய கம்பெனியாக 'டேனிஷ்: ஆசியாடிஸ்க் கோம்பாக்னி' என்ற பெயரில் செயல்படத் தொடங்கியது.

முதல் டேனிஷ் கிழக்கிந்திய நிறுவனம் 1616ல் நான்காம் கிறிஸ்டியன் மன்னரின் கீழ் பட்டயம் பெற்று, இந்தியாவுடனான வர்த்தகத்தில் கவனம் செலுத்தியது. அட்மிரல் ஜெட்டேவின் கீழ் முதல் படையெடுப்பு இலங்கையை அடைய இரண்டு ஆண்டுகள் ஆனது. தன் பணியாளர்களில் பாதிக்கும் மேற்பட்டவர்களை இழந்தது. அவர்கள் வந்தபோது இந்தத் தீவு போர்ச்சுகலால் உரிமை கோரப்பட்டது.

ஆனால் 10.05.1620ம் நாள் கண்டி ராஜ்ஜியத்துடன் ஓர் உடன்படிக்கை செய்து கொண்டு, தீவின் கிழக்குக் கடற்கரையில் திருகோணமலையில் குடியேற்றத்திற்கு அடிக்கல் நாட்டப்பட்டது. போர்த்துகீசியர்களால் வெளியேற்றப்படுவதற்கு முன்பு குடாநாட்டின் கோட்டையைத் தொடங்குவதற்காக 1620 மே மாதத்தில் அவர்கள் பிரம்மாண்டமான கோணேஸ்வரம் கோவிலைக் கைப்பற்றினர்.

இந்தியப் பெருநிலப் பரப்பில் தரையிறங்கிய பின்னர், தஞ்சை ராஜ்ஜியத்தின் ஆட்சியாளரான ரகுநாத நாயக்கருடன் ஒப்பந்தம் செய்துகொள்ளப்பட்டது. அவர் தரங்கம்பாடி நகரத்தை டேனியர்களுக்காகக் கைப்பற்றினார். 19.11.1620ம் நாளில் உடன்படிக்கை மூலம் ராஜ்ஜியத்தில் வணிகம் செய்ய அனுமதி கிடைத்தது.

தரங்கம்பாடியில் அவர்கள் டான்ஸ்போர்க்கை நிறுவி, டேனிஷ் இந்தியாவின் முதல் ஆளுநராக (ஒப்பர் ஹோவெட்) கேப்டன் கிராப்பை நியமித்தனர். இந்த ஒப்பந்தம் 30.07.1621 அன்று புதுப்பிக்கப்பட்டது. பின்னர் 10.05.1676ம் நாள் மராட்டியப் பேரரசர் சிவாஜியால் புதுப்பிக்கப்பட்டு, உறுதிப்படுத்தப்பட்டது.

டேனிஷ் கிழக்கிந்திய கம்பெனியும் ஸ்வீடிஷ் கிழக்கிந்திய கம்பெனியும் பிரிட்டிஷ் கிழக்கிந்திய கம்பெனியைவிட அதிக

அளவில் தேயிலையை இறக்குமதி செய்தன. அதில் 90 விழுக்காட்டினை இங்கிலாந்துக்குக் கடத்தி, பெரும் லாபத்திற்கு விற்றனர். 1624–1636க்கு இடையில், டேனிஷ் வர்த்தகம் சூரத், வங்காளம், ஜாவா மற்றும் போர்னியோ வரை பரவியது. மசூலிப்பட்டினம், சூரத், பாலசோர் மற்றும் ஜாவாவில் தொழிற்சாலைகள் நிறுவப்பட்டன.

ஆனால், டென்மார்க் பங்கேற்ற அடுத்தடுத்த ஐரோப்பியப் போர்கள் கம்பெனியை அழித்தன. 1643–1669க்கு இடையில் இந்தியாவில் வர்த்தகம் முற்றிலுமாக நிறுத்தப்பட்டது. 1669ல் டென்மார்க்கிலிருந்து உதவிவந்த பின்னர் 1670ம் ஆண்டில், இரண்டாவது டேனிஷ் கிழக்கிந்திய நிறுவனம் நிறுவப்பட்டது. இது 1729ல் கலைக்கப்பட்டது. 1730ம் ஆண்டில், இது ஆசிய நிறுவனமாகத் திரும்பவும் தொடங்கப்பட்டு சீனாவுடன் வர்த்தகத்தை தொடங்கியது. 1779ம் ஆண்டில், டேனிஷ் – இந்தியா ஒரு மகுட காலனியாக மாறியது.

நெப்போலியப் போர்களின்போது, 1801 மற்றும் 1807ம் ஆண்டுகளில், பிரிட்டிஷ் ராயல் கடற்படை கோபன்ஹேகனைத் தாக்கியது. கிழக்கில், ஆங்கிலோ–டேனிஷ் பகைமை பற்றிய செய்தி இந்தியாவை அடைந்தபோது, ஆங்கிலேயர்கள் உடனடியாக 28.01.1808ம் நாள் ஹூக்ளியில் இருந்த ஏழு டேனிஷ் வணிகக் கப்பல்களைக் கைப்பற்றினர்.

டென்மார்க் இறுதியாக 1845ம் ஆண்டில் இந்தியாவின் பிரதான நிலப்பரப்பிலும் 1850ம் ஆண்டில் டேனிஷ் கோல்ட் கோஸ்ட் பகுதியிலும் அதன் எஞ்சிய குடியேற்றங்களை பிரிட்டிஷாருக்கு விற்றது.

ஸ்வீடிஷ் கிழக்கிந்திய கம்பெனி

ஸ்வீடிஷ் கிழக்கிந்திய நிறுவனம் ‘ஸ்வீடிஷ்: ஸ்வென்ஸ்கா ஆஸ்டின்டிஸ்கா கம்பானியட் அல்லது எஸ்ஓஐசி’ என்று அழைக்கப்படும் நிறுவனம் 1731ம் ஆண்டில் சீனா மற்றும் தூரக் கிழக்கு நாடுகளுடன் வணிகம் நடத்தும் நோக்கத்திற்காக சுவீடனின் கோதன்பர்க்கில் நிறுவப்பட்டது. டச்சுக் கிழக்கிந்திய கம்பெனி மற்றும் பிரிட்டிஷ் கிழக்கிந்திய கம்பெனியின் வெற்றியால் ஈர்க்கப்பட்டு இந்த முயற்சி மேற்கொள்ளப்பட்டது.

இது கோதன்பர்க்கை கிழக்குப் பொருட்களின் ஐரோப்பிய வர்த்தக மையமாக மாற்றியது. பட்டு, தேநீர், தளவாடங்கள், பீங்கான், விலையுயர்ந்த கற்கள் மற்றும் பிற தனித்துவமான ஆடம்பரப் பொருட்கள் ஆகியனவற்றை வர்த்தகம் செய்தது. 18ம் நூற்றாண்டில் சுவீடனில் மிகப்பெரிய வர்த்தக நிறுவனமாக

வளர்ந்தது. மொத்தம் 132 பயணங்கள். 37 வெவ்வேறு கப்பல்களுடன் மேற்கொள்ளப்பட்டன. இந்நிறுவனம் 1813ல் மூடப்பட்டது.

கிழக்கிந்திய வர்த்தகத்தில் ஈடுபட்ட மிக முக்கியமான கடற்பயண ஐரோப்பிய நாடுகளில் ஸ்வீடன்தான் கடைசியாக இறுதியாக இருந்தது. மற்ற ஐரோப்பிய வர்த்தக நிறுவனங்கள் நிறுவப்பட்டு, ஏறத்தாழ ஒரு நூற்றாண்டுக்குப் பின்னர் ஸ்வீடிஷ் கிழக்கிந்திய கம்பெனிக்கு (எஸ்ஓஐசி) அரச சலுகைகள் வழங்கப்பட்டன என்பது குறிப்பிடத்தக்கது.

பிரிட்டிஷ் கிழக்கிந்திய கம்பெனி

தொடக்கத்தில், வாசனைப் பண்டங்களின் வணிகத்தில் டச்சுக்காரர்கள் கொண்டிருந்த கட்டுப்பாட்டை பிரிட்டிஷ் நிறுவனத்தால் அசைக்கவியலாத நிலை. கிழக்கிந்தியாவில் தொடர்ச்சியாக ஒரு தளத்தைக்கூட வைத்திருக்க முடியவில்லை.

1607ம் ஆண்டில், பிரிட்டிஷ் கிழக்கிந்திய நிறுவனத்தின் ஹெக்டர் கப்பல் 16,000 கிலோமீட்டர்களுக்கு மேல் பயணம் செய்து இந்தியா வந்தடைந்தது. இங்கிலாந்திலிருந்து நேரடியாக இந்தியா வந்த ஆங்கிலேயர்களின் முதல் கப்பல் இதுவே. இதன் பின்னர் அந்த நிறுவனம் இங்கிருந்து வர்த்தகத்தைத் தொடங்கியது.

1608ம் ஆண்டு நிறுவனக் கப்பல்கள் இந்தியாவின் சூரத்தை அடைந்து அங்கே தங்களை நிலைநிறுத்திக் கொண்டு, அடுத்த இரண்டு ஆண்டுகளுக்குள், கோரமண்டல் கரை எனப்பட்ட இந்தியாவின் கிழக்குக் கரையில், வங்காள விரிகுடாவுக்கு அருகில் அமைந்திருந்த மசூலிப்பட்டினத்தில் புறக்காவல் தளம் ஒன்றையும் அமைத்துக் கொண்டனர்.

இதனைத் தொடர்ந்து நிறுவனம் பெருமளவு லாபம் ஈட்டத் தொடங்கியது. 1609ல் முதலாவது ஜேம்ஸ் மன்னன், நிறுவனத்துக்கு

வழங்கப்பட்ட வணிக உரிமையைக் கால வரையறையின்றி நீட்டித்தார். எனினும் நிறுவனம் தொடர்ச்சியாக மூன்று ஆண்டுகள் லாபம் ஈட்டாவிடில், அந்த உரிமம் செல்லுபடியாகாது என்ற ஒரு விதியும் அந்த உரிமத்தில் சேர்க்கப்பட்டிருந்தது.

நிறுவனத்தின் ஆளுநரும் 24 இயக்குநர்களும் கொண்ட இயக்குநர் சபை அதன் நிர்வாகத்துக்குப் பொறுப்பாக இருந்தது. இவர்களை உரிமையாளர் சபை நியமனம் செய்தது. இதனால் இயக்குநர் சபை, உரிமையாளர் சபைக்குப் பொறுப்புடையதாக இருந்தது. இயக்குநர் சபையின்கீழ் 10 குழுக்கள் இயங்கி வந்தன.

இந்துப் பெருங்கடல் பகுதியில் நிறுவன வணிகர்களுக்கும் போர்த்துக்கீஸ், ஒல்லாந்த வணிகர்களுக்கும் இடையே பகைமை நிலவி வந்தது. 1612ம் ஆண்டு சுவாலிப் போரில் போர்த்துக்கீஸியரைத் தோற்கடித்த நிகழ்வு, முகலாயப் பேரரசரான ஜஹாங்கீரிடம் நிறுவனத்துக்குச் சாதகமான போக்கு ஏற்பட வழி வகுத்தது.

தொலைதூரக் கடல்களில் இடம்பெற்ற வணிகம் தொடர்பான போர்களின் பயனற்ற தன்மையை உணர்ந்த இந்நிறுவனம், பிரிட்டிஷ், இந்தியா ஆகிய இரு நாடுகளின் அதிகாரபூர்வமான அனுமதியுடன், இந்தியாவில் காலூன்றுவதற்கான சாத்தியப்பாடுகளை ஆராய முற்பட்டது. இதுகுறித்து முகலாய அரசுக்கு ராஜதந்திர அடிப்படையிலான தூது அனுப்பும்படி பிரிட்டிஷ் அரசை இந்நிறுவனம் கேட்டுக்கொண்டது.

1615ம் ஆண்டு, பிரிட்டிஷ் அரசனான முதலாம் ஜேம்ஸ், அக்காலத்தில், இந்தியாவின் பெரும் பகுதியையும் ஆப்கானிஸ்தானையும் சேர்த்து ஆண்டுவந்த முகலாயப் பேரரசர் ஜஹாங்கீரிடம் சர் தோமஸ் ரோ என்பவரைத் தூது அனுப்பினார்.

சூரத்திலும் ஏனைய பகுதிகளிலும் கம்பெனியைச் சேர்ந்தவர்கள் தங்கியிருந்து, வணிக நடவடிக்கைகளில் ஈடுபடுவதற்காக ஒப்பந்தம் ஒன்றைச் செய்துகொள்வதே இந்தத் தூதின் நோக்கமாகும். இதற்குப் பதிலாக ஐரோப்பியச் சந்தைகளிலிருந்து பண்டங்களையும் அருமையாகக் கிடைக்கக்கூடிய வேறு பொருட்களையும் மன்னருக்கு வழங்குவதாக நிறுவனம் ஒத்துக்கொண்டது. இந்தத் தூது வெற்றிகரமாக அமைந்தது.

தொடர்ந்து, பிரிட்டிஷ் வணிகர்கள் எவ்விதக் கட்டுப்பாடுகளும் இன்றி அவர்கள் விரும்பிய, வணிக நடவடிக்கைகளை மேற்கொள்வதற்கு அனுமதியளித்து, பிரிட்டிஷ் மன்னருக்கு ஜஹாங்கீர் கடிதம் எழுதினார். இத்தகைய வெளிப்படையான ஆதரவின்கீழ் கோவா, பம்பாய் போன்ற இடங்களில் தளங்களைப்

பெற்றிருந்த போர்த்துக்கீஸியரை பிரிட்டிஷ் கிழக்கிந்திய கம்பெனி பின்னுக்குத் தள்ளியது.

பிரிட்டிஷிலிருந்து இந்தியாவுக்குச் செல்லும் பாதைகளிலும் நிறுவனம் ஆர்வம் காட்டியது. 1620ம் ஆண்டில் தென்னாப்பிரிக்காவின் டேபிள் மலைப்பகுதிக்கு உரிமை கோரியது. பின்னர் சென் ஹெலனாவை ஆக்கிரமித்து ஆட்சி செய்தது. இந்நிறுவனம் ஹாங்காங், சிங்கப்பூர் ஆகியவற்றிலும் தங்கள் அதிகாரத்தை நிறுவியது. கடற்கொள்ளைகளைத் தடுப்பதற்கு, கப்டன் கிட் என்பவரை அமர்த்தியது. இந்தியாவில் தேயிலை உற்பத்தியில் ஈடுபட்டது.

1647ம் ஆண்டளவில் இந்நிறுவனம் கம்பெனி ஆட்சியை இந்தியாவில் நிறுவியது. ஆலைகள் எனப்பட்ட புறக்காவல் நிலையங்கள் இருபத்து மூன்றும், 90 ஊழியர்களும் இவர்களுக்கு இருந்தனர். இந்த ஆலைகளுள் முக்கியமானவை வங்காளத்திலுள்ள வில்லியம் கோட்டை, சென்னையிலுள்ள புனித ஜார்ஜ் கோட்டை, பம்பாய்க் கோட்டை ஆகியனவாகும். இவை மதிலால் சூழப்பட்ட கோட்டைகள் ஆகும்.

1670ம் ஆண்டளவில், இரண்டாவது சார்லஸ் மன்னர் நிறுவனத்துக்கு மேலும் பல உரிமைகளை வழங்கினார். இது தொடர்பாக ஐந்து தொடர்ச்சியான சட்டமூலங்கள் உருவாக்கப்பட்டன. சுதந்திரமான ஆட்சிப் பகுதிகளை உருவாக்கிக் கொள்வதற்கும் நாணயங்களை வெளியிடவும் கோட்டைகள், படைகள் முதலியவற்றை வைத்திருக்கவும், கூட்டணிகளை உருவாக்கவும், போரில் ஈடுபடவும், சமாதானம் ஏற்படுத்திக் கொள்ளவும் கைப்பற்றிக்கொண்ட பகுதிகளில் குடிசார் மற்றும் குற்றவியல் நீதி நிர்வாகத்தை நடைமுறைப்படுத்தவும் இந்நிறுவனத்துக்கு உரிமை வழங்கப்பட்டது. வணிகப் போட்டியாளர்களாலும் பிற வல்லரசுகளாலும் பகைமைகொண்ட சில உள்ளூர் ஆட்சியாளர்களாலும் சூழப்பட்டிருந்த நிறுவனம் தனது பாதுகாப்பைத் தேடிக்கொள்ள இந்த உரிமைகள் வாய்ப்பாக அமைந்தன.

1680ம் ஆண்டு பெரும்பாலும் அந்தந்த நாடுகளின் உள்ளூர் மக்களைக் கொண்டதாக அமைந்த படைகளை நிறுவனம் உருவாக்கியது. 1689ம் ஆண்டளவில் வலிமைமிக்க படைபலத்துடன் வங்காளம், மதராஸ், பம்பாய் போன்ற பரந்த மாகாணங்களைச் சுதந்திரமாக நிர்வகித்துக்கொண்டது. 1711ம் ஆண்டு வெள்ளி உலோகத்துக்காகத் தேயிலையை வாங்குவதற்காகச் சீனாவிலுள்ள காண்டனில் புறக்காவல் நிலையத்தை நிறுவியது.

லண்டனில் தலைமையகத்தைக் கொண்டிருந்த பிரிட்டிஷ் கிழக்கிந்திய கம்பெனி, பிரிட்டிஷ் பேரரசு உருவாவதில் தலைமை வகித்தது எனலாம். 1717ம் ஆண்டு வங்காளத்தில் சுங்க வரியைக் கட்டுவதிலிருந்து விலக்களிக்கும் ஆணையை நிறுவனம் முகலாயப் பேரரசிடமிருந்து பெற்றுக்கொண்டது. இது இந்திய வணிகத்தில் நிறுவனத்துக்குத் தெளிவான முன்னுரிமையை வழங்கியது.

1757ம் ஆண்டு பிளாசி போரில் சர்.ராபர்ட் கிளைவ் பெற்ற வெற்றி, கிழக்கிந்திய நிறுவனத்தை வணிக, ராணுவ வலிமை கொண்டதாக்கியது. 1760ம் ஆண்டில் பாண்டிச்சேரி முதலான சில இடங்களைத் தவிர்த்து இந்தியாவின் ஏனைய இடங்களிலிருந்து பிரெஞ்சுக்காரர்கள் துரத்தப்பட்டனர்.

சென்னையில் பிரிட்டிஷாரால் புனித ஜார்ஜ் கோட்டை கட்டப்பட்டது, வரலாற்றில் ஒரு முக்கிய திருப்புமுனையாக அமைந்தது. இந்நிறுவனம் சூரத், மதராஸ் (1639), பம்பாய் (1668), கல்கத்தா (1690) ஆகிய இடங்களில் தனது வலுவான நிலைகளை அமைத்துக்கொண்டது.

பிரிட்டிஷ் கிழக்கிந்திய கம்பெனியின் முக்கிய வணிகப் பொருட்களாகப் பருத்தி, பட்டு, நீலச்சாயம், பொட்டாசியம் நைட்ரேட், தேயிலை போன்றவை இருந்தன. மலாக்கா நீரிணைப் பகுதிகளில் வாசனைப் பண்டங்களின் வணிகத்தில் ஒல்லாந்தருக்கு இருந்த தனியுரிமையிலும் இவர்கள் தலையிடத் தொடங்கினர்.

பிரிட்டிஷ் கிழக்கிந்திய கம்பெனி ஒரு வணிக முயற்சியாகத் தொடங்கப்பட்டபோதும், இந்தியாவில் பிரிட்டிஷ் பேரரசு விரிவடைய அடித்தளம் வகுத்தது. ஆட்சி, ராணுவச் செயற்பாடுகளில் ஈடுபட்டு, இந்தியாவையும் இலங்கை முதலிய நாடுகளையும் ஆளும் நிலைக்கு வந்தது. இந்த கம்பெனி வணிகத்தைக் கட்டுப்படுத்தியது மட்டுமல்லாமல் அதனை அடிமைப்படுத்தி, காலனித்துவப்படுத்தி ஆட்சிசெய்யும் அமைப்பாக மாறியது.

சிப்பாய்ப் புரட்சிக்குப் பின்னர், 1858ம் ஆண்டில் கிழக்கிந்திய கம்பெனி ஆட்சி ஐக்கிய ராஜ்ஜியத்தால் கலைக்கப்பட்டது. இதன் கட்டமைப்புகளை ஐக்கிய ராஜ்ஜியம் நேரடியாக நிர்வகிக்கத் தொடங்கியது.

1874ல் கிழக்கிந்திய கம்பெனி இந்தியாவிலிருந்து முற்றிலும் நீக்கப்பட்டது. 131 ஆண்டுகளுக்குப் பின்னர், இந்நிறுவனம் மீண்டும் உயிர்த்தெழுந்தது. மும்பையில் பிறந்த தொழிலதிபர் சஞ்சீவ் மேத்தா, ‘கிழக்கிந்திய கம்பெனி உலகத்தின் ரசனையையும் சிந்தனையையும் மக்களையும் மாற்றிவிட்டது’ என்று கூறி அதை

(சஞ்சீவ் மேத்தா)

வாங்கினார். சஞ்சீவ் மேத்தா, “கிழக்கிந்திய கம்பெனி இல்லை என்றால், உலகம் இன்று இருந்திருக்காது” என்கிறார்.

2005ம் ஆண்டு நிறுவனத்தைக் கைப்பற்றிய பின்னர், சஞ்சீவ் மேத்தா ஆடம்பர தேநீர், காபி மற்றும் உணவுப் பொருட்களில் அதிக கவனம் செலுத்தினார். நிறுவனத்தின் இணையத்தளத்தில் உள்ள தகவல்களின்படி, நிறுவனம் டீ, ஜின், காபி, சாக்லேட், பிஸ்கட் மற்றும் ஆடம்பரப் பரிசு அட்டைகளை (கூப்பன்) உற்பத்தி செய்கிறது. இது தவிர, நிறுவனம் ஆடம்பர வீட்டுப் பொருட்கள் மற்றும் பிறவகைப் பானங்களையும் தயாரிக்கிறது.

இந்நிறுவனம் வரலாற்று நாணயங்களை அச்சிட்டு விற்பனை செய்கிறது. அதன் மறுமலர்ச்சிக்குப் பின்னர், 2010ம் ஆண்டு கிழக்கிந்திய கம்பெனியின் முதல் அங்காடி லண்டனின் ஆடம்பரமான பகுதியான மேஃபேரில் திறக்கப்பட்டது. “பழைய கிழக்கிந்திய கம்பெனியோ ஆக்கிரமிப்பின் பலத்தில் நின்றது. ஆனால், இந்த கிழக்கிந்திய கம்பெனி நல்லெண்ணம் மற்றும் கருணையால் கட்டப்பட்டது” என்று சஞ்சீவ் மேத்தா கூறினார்.

பிரிட்டிஷ் – இந்தியப் பேரரசு

‘பிரிட்டிஷ் – இந்தியப் பேரரசு’ என்பது, 1858 முதல் 1947ம் ஆண்டு வரை இந்தியத் துணைக் கண்டத்தில் நிலவிவந்த பிரிட்டிஷ் ஆட்சியைக் குறிக்கும். அப்போது ‘இந்தியா’ எனப் பொதுவாக அழைக்கப்பட்டாலும் ஐக்கிய ராஜ்ஜியத்தால் நேரடியாக ஆட்சி செய்யப்பட்ட இந்தியாவின் மாகாணங்கள், பிரிட்டிஷ்க்குக்கீழ் அரசர்களால் ஆட்சி செய்யப்பட்டன. 1876ம் ஆண்டுக்குப் பின்னர் இது ‘இந்தியப் பேரரசு’ என அழைக்கப்பட்டு, அப்பெயரிலேயே கடவுச் சீட்டுகளும் வழங்கப்பட்டன.

1858ம் ஆண்டு பிரிட்டிஷ் கிழக்கிந்தியக் கம்பெனி ஆட்சி முடிவுக்குக் கொண்டுவரப்பட்டு, ராணி விக்டோரியாவின்

ஆட்சியின்போது பிரிட்டிஷ்க்குக்கீழ் கொண்டுவரப்பட்டது. 1876ம் ஆண்டு ராணி விக்டோரியா தன்னை 'இந்தியாவின் பேரரசி'யாகப் பிரகடனப்படுத்திக் கொண்டார்.

இந்த ஆட்சி 1947ம் ஆண்டு இந்தியப் பிரிவினை வரை நீடித்தது. இது 'இந்தியா' என்ற பெயரில் உறுப்பு நாடுகளுள் ஒன்றாக 1900, 1920, 1928, 1932 மற்றும் 1936 ஆண்டுகளில் கோடைகால ஒலிம்பிக்ஸிலும் 1945ல் சான் பிரான்சிஸ்கோவில் ஐக்கிய நாடுகள் சபையின் உறுப்பினராகவும் இணைந்தது.

பக்சார் சண்டை, பிளாசிச் சண்டை, வாலிகொண்டா போர், கர்நாடகப் போர்கள், ஆங்கிலேய –மராட்டியப் போர்கள், ஆங்கிலேய – சீக்கியப் போர்கள், ஆங்கிலோ – ஆப்கான் போர்கள் மற்றும் ஆங்கிலேய – பர்மியப் போர்கள் மூலம் பிரிட்டிஷ் கிழக்கிந்திய கம்பெனியும் பிரிட்டிஷ் இந்தியாவின் ஆளுநர்களும் இந்தியத் துணைக் கண்டத்தின் தற்கால ஆப்கானிஸ்தான், பாகிஸ்தான், இந்தியா, வங்காளதேசம், இலங்கை, பர்மா ஆகிய பகுதிகளைப் பிரிட்டிஷ் பேரரசின் காலனி நாடுகளாக அடிமைப்படுத்தினர்.

இந்தியத் துணைக் கண்டத்தின் செழிப்பான 13 மாகாணங்களை பிரிட்டிஷ் பேரரசால் நியமிக்கப்பட்ட வைஸ்ராய் ரிச்சர்ட் கூலி வெல்லெஸ்லியின் நேரடி ஆட்சியில் பிரிட்டிஷ் இணைத்தது. நிலவருவாய் வசூலிக்க இயலாத வளமற்ற,மலைப்பாங்கான பகுதிகள், 'துணைப்படைத் திட்டம்' மூலம் 562 சுதேச சமஸ்தானங்களின் மன்னர்களிடம் ஆட்சி செய்ய ஒப்படைக்கப்பட்டன.

(வெல்லெஸ்லி)

பிரிட்டிஷ் இந்தியாவில் 562 சுதேச சமஸ்தானங்களில் 119 சமஸ்தானங்களின் மன்னர்களுக்கு மட்டுமே பிரிட்டிஷ் அரசினர் துப்பாக்கிக் குண்டுகள் முழங்க மரியாதை வழங்கினர். சுதேச சமஸ்தான மன்னர்கள் ஆளும் நிலப்பரப்பு, ஆண்டு வருமானம்,

செலுத்தும் திறை மற்றும் மக்கள்தொகையைப் பொறுத்து, வணக்கத்திற்காக வெடிக்கவைக்கும் துப்பாக்கிக் குண்டுகளின் எண்ணிக்கை 9 முதல் 21 வரை இருந்தது. இந்தியா – பாகிஸ்தான் விடுதலைக்குப் பின்னர், சிக்கிம் தவிர்த்த பிற அனைத்து சுதேச சமஸ்தானங்களும் இந்தியா, பாகிஸ்தான் மற்றும் பர்மாவில் இணைந்தன.

வைஸ்ராய் வெல்லெஸ்லி, இந்திய அரசுகளில் நிலவிய கொடுங்கோன்மை மற்றும் ஊழலைக் களைவதற்கு இந்தியாவில் வலிமைமிக்க பிரிட்டிஷ் ஆட்சியை ஏற்படுத்தவேண்டியது காலத்தின் கட்டாயம் என்று கருதினார். ஆகவே தலையிடாக்கொள்கையைக்கைவிட்டு 'துணைப்படைத்திட்டம்' என்ற தமது குறிக்கோள் நிறைந்த திட்டத்தை அவர் வகுத்தார். (நன்றி: tamilsurangam.in)

வெல்லெஸ்லிக்கு முந்தைய ஆட்சியாளர்கள்கூட அயோத்தி நவாப், ஹைதராபாத் நிசாம் போன்ற இந்திய அரசர்களுடன் ஒப்பந்தங்களைச் செய்துகொண்டனர். இந்திய அரசுகளைப் பாதுகாப்பதற்காக நிறுத்திவைக்கப்பட்டிருந்த பிரிட்டிஷ் படைகளுக்கு ஆகும் செலவினங்களை ஈடுகட்ட அந்தந்த ஆட்சியாளர்களிடமிருந்து உதவித் தொகையையும் அவர்கள் பெற்றனர்.

இவ்வாறு ஏற்கெனவே நடைமுறையிலிருந்த வழக்கத்தை வைஸ்ராய் வெல்லெஸ்லி தமது திட்டமாக விரிவுபடுத்தினார். இருப்பினும், அத்திட்டத்தை நடைமுறைப்படுத்தியதில்தான் அவரது தனித்தன்மை வெளிப்பட்டது. இந்தத் திட்டத்தில் இரண்டு முக்கியக் கூறுகள் இருந்தன.

ஒன்று: பிரிட்டிஷாருடன் துணைப்படை ஒப்பந்தம் செய்துகொள்ள விரும்பும் இந்திய அரசர் தனது ஆட்சிப் பகுதியில் பிரிட்டிஷ் படையை வைத்துப் பராமரிக்க வேண்டும். இப்படைக்கு பிரிட்டிஷ் அதிகாரி தலைமை வகிப்பார். அத்தகைய இந்திய அரசு 'பாதுகாக்கப்பட்ட அரசு' என்று அழைக்கப்படும். பிரிட்டிஷ் அரசு 'தலைமை அரசு' என்று குறிக்கப்படும். அயல்நாட்டு ஆக்கிரமிப்பு மற்றும் உள்நாட்டு அமைதி ஆகியவற்றைப் பாதுகாப்பது பிரிட்டிஷாரின் கடமையாகும். படைகளுக்கு ஆகும் செலவினைச் சரிக்கட்ட 'பாதுகாக்கப்பட்ட அரசு' ஒரு தொகை அல்லது ஒரு நிலப்பகுதியை பிரிட்டிஷாருக்குக் கொடுக்கவேண்டும்.

இரண்டு: பாதுகாக்கப்பட்ட அரசு ஆங்கிலேயர் தவிர வேறு ஐரோப்பிய அரசுகளுடனான உறவுகளைத் துண்டிக்கவேண்டும். குறிப்பாக பிரெஞ்சுக்காரர்களுடன் உறவு முற்றிலும் தடை செய்யப்பட்டது. மேலும் பிரிட்டிஷாரின் அனுமதியின்றிப்

பாதுகாக்கப்பட்ட அரசு வேறு இந்திய அரசுகளுடனும் அரசியல் தொடர்பு வைக்கவும் தடை விதிக்கப்பட்டது.

(டல்ஹௌஸி)

'அவகாசியிலிக் கொள்கை'யின்படி, பிரிட்டிஷின் இந்திய அரசு, வாரிசற்ற பல சுதேச சமஸ்தானங்களைத் தனது நேரடிக் கட்டுப்பாட்டில் எடுத்துக்கொண்டது. வாரிசு இழப்புக் கொள்கை அல்லது அவகாசியிலிக் கொள்கை என்பது இந்தியாவிலிருந்த பிரிட்டிஷ் கிழக்கிந்திய நிறுவனத்தில் 1848லிருந்து 1856 வரை ஆளுநராக இருந்த டல்ஹௌசி பிரபுவால் அறிமுகப்படுத்தப்பட்ட ஒன்றிணைப்புக் கொள்கையாகும்.

இந்தக் கொள்கையின்படி, பிரிட்டிஷ் கிழக்கிந்திய கம்பெனியின் நேரடிச் செல்வாக்குக்குட்பட்ட மன்னரானவர் ஆட்சிபுரிவதற்குத் தகுதியற்றவராகவோ அல்லது நேரடி வாரிசு இன்றி இறந்தாலோ அந்த மன்னராட்சி, பிரிட்டிஷ் கிழக்கிந்திய கம்பெனியின் ஆட்சியோடு இணைக்கப்படும்.

இந்தக் கொள்கையின்படி, சதாரா (1848), ஜெய்ப்பூர் (1849), சம்பல்பூர் (1849), நாக்பூர் (1854), ஜான்சி (1854), தஞ்சாவூர் (1855), உதயப்பூர் ஆகிய மன்னராட்சிப் பகுதிகள் இணைக்கப்பட்டன. அயோத்தி ராஜ்ஜியம் மட்டும் மோசமான ஆட்சிமுறை எனக் காரணம் காட்டி 1858ல் இணைக்கப்பட்டது.

ஜான்சியின் அரசர் கங்காதர ராவ் நேரடி வாரிசின்றி 21.11.1853ம் நாள் இறந்தமையால் பிரிட்டிஷ் அரசு வாரிசு இழப்புக் கொள்கையின்படி ஜான்சியைத் தமது ஆட்சியின் கீழே கொண்டுவர முயன்றது. ராணி லக்ஷ்மி பாய்க்கு 60,000 ரூபாயை ஓய்வூதியமாகக் கொடுத்து ஜதன்சிக் கோட்டையைவிட்டு வெளியேறுமாறு கூறினர். ராணி மறுத்தார். பிரிட்டிஷ் அரசு படையெடுப்பின் மூலம் ஜான்சியைக் கைப்பற்றியது.

அவத் பகுதியின் அயோத்தி ராஜ்ஜியத்தின் நவாப் ஆட்சி செய்வதற்குத் தகுதியற்றவர் எனக்கூறி அவத் நாட்டைக் கையகப்படுத்தினர். இந்த

ஒன்றிணைப்பு எதிர்க்கப்பட்டது. பின்னர் இந்த எதிர்ப்பே 1857 இந்தியக் கிளர்ச்சிக்கான காரணமாகவும் அமைந்தது.

20ம் நூற்றாண்டின்போது பிரிட்டிஷ் இந்தியா, ஆளுநர் அல்லது துணைநிலை ஆளுநரால் நிர்வகிக்கப்படும் எட்டு மாகாணங்களைக் கொண்டிருந்தது. 1907 கணக்கின்படி மக்கள்தொகை அடிப்படையில் பின்வரும் மாகாணங்களைக் கொண்டிருந்தது.

வங்கப் பிரிவினைக்குப் பின் (1905–1911) அசாம் மற்றும் கிழக்கு வங்கப் பகுதிகளை இணைத்து ஒரு துணை ஆளுநரின் ஆட்சியின்கீழ் ஒரு புதிய மாகாணம் உருவாக்கப்பட்டது. 1912ம் ஆண்டு கிழக்கு, மேற்கு வங்காளப் பகுதிகள் இணைந்து, பீகார், ஜார்கண்ட், ஒரிசா பகுதிகளைக் கொண்ட வங்காள மாகாணமாக மாறியது.

ரத்தப் பாதையில் நடந்தவர்கள்

இக்காலகட்டத்தில் சொந்த நாட்டுக்குள் தற்காலிக அடிமைகளாக இந்தியர்கள் உயிர் பிழைத்திருந்தனர். இந்தியர்களின் இருண்ட வாழ்வுக்கான பொன் விடியல் இயற்கையாக வராது என்பது ஒவ்வொரு இந்தியருக்கும் உறுதியாகத் தெரிந்தது. இந்த அடிமை வாழ்க்கையை முடிவுக்குக் கொண்டுவரப் பலரும் பலவகையிலும் பாடுபட்டனர். அவர்களின் நோக்கம் ஒன்றுதான். அது சுதந்திரம். ஆனால், அதனை அடையும் வழிகளோ இரண்டு. ஒன்று அகிம்சை, மற்றொன்று ஆயுதம் (ஹிம்சை).

இந்தியர்களின் அகிம்சை என்பது, பேரமைதியான ஒடுக்கம். ‘இந்தியர்களின் புரட்சி’ என்பது, பேரெழுச்சியான வெடிப்பு. ஒன்று பனிப்பாதை. மற்றொன்று ரத்தப் பாதை. பனிப் பாதையில் பலர் நடந்தனர். ரத்தப் பாதையில் சிலர் நடந்தனர். எல்லோரையும் நாம் மறந்துவிட்டோம்.

கிழக்கிந்திய கம்பெனியின் வணிகம் பம்பாய், கல்கத்தா, மெட்ராஸ் என இந்தியாவின் பெருநிலங்களில் விரிந்தது. இதனால் போர்த்துக்கீஸியர்களின் செல்வாக்கு கோவா, டையூ, டாமனோடு சுருங்கியது. கிழக்கிந்திய கம்பெனி பிரிட்டனின் மற்றொரு கிளை அரசாங்கமாகவே இந்தியாவில் செயல்பட்டது. பம்பாய், கல்கத்தா, மெட்ராஸ் ஆகியவை அதன் நேரடி ஆட்சியின்கீழ் கொண்டுவரப்பட்டன.

இந்தியர்களின் மூடநம்பிக்கைகள், கல்வியறிவின்மை, சாதி வேறுபாடுகள், உள்குத்து அரசியல்கள் ஆகியன பிரிட்டிஷாருக்கு மிகவும் வசதியாக இருந்தன. அவர்கள் இந்தியாவில் தங்களின் ஆட்சியை நிலையாக நிறுவ விரும்பினர்.

பொ.யு.1757ம் ஆண்டில் அவர்கள் இந்தியாவின் பெரும் பகுதியைக் கைப்பற்றினர். இந்தியாவில் கம்பெனி ஆட்சி உச்சமடைந்தது. ஆட்சி

என்ற பெயரில் அவர்கள் மேற்கொண்ட அடக்குமுறைகளும், வணிகம் என்ற பெயரில் செய்த பகற்கொள்ளைகளும், தண்டனை என்ற பெயரில் செய்த படுகொலைகளும் வரம்பு மீறின. மக்கள் தத்தம் மனத்துக்குள்ளேயே கொதித்துக் கொண்டிருந்தனர்.

இந்தியாவில் பிரிட்டிஷ் எதிர்ப்பு மூன்று தளங்களிலிருந்து வெளிப்பட்டது. 1. ஆதிக்குடிகளின் எழுச்சி, 2. பொதுமக்களின் புரட்சி, 3. பெருங்குழுக்களின் கலகம். இவர்களின் செயல்பாடுகளில் மாறுதல்கள் இருந்தபோதிலும் இவர்களின் நோக்கம் ஒன்றுதான். அது பிரிட்டிஷ் எதிர்ப்பு. ஒத்திகை பார்க்கப்படும் அனைத்து நாடகங்களும் அரங்கேறுவதில்லை. இது நாடகங்களுக்கு மட்டுமல்ல புரட்சிகளுக்கும் பொருந்தும். பிரிட்டிஷ் எதிர்ப்பும் இத்தகையதே.

பொ.யு. 1857ம் ஆண்டுக்கு முன்புவரை பிரிட்டிஷ் எதிர்ப்பு பல்வேறு வகையில் மக்கள் திரளால் நடத்தப்பட்டன. ஆனாலும் அவற்றால் மாபெரும் மாற்றத்தையோ பிரிட்டிஷாருக்கு அச்சத்தையோ அளிக்க முடியவில்லை. அவை வெறும் ஒத்திகையாகவே நின்றுவிட்டன. பொ.யு. 1763ம் ஆண்டு முதல் பொ.யு.1842ம் ஆண்டு வரை இந்தியாவில் பல்வேறு பகுதிகளிலும் நடத்தப்பட்ட பிரிட்டிஷ் எதிர்ப்புகள் ஒன்றுக்கொன்று தொடர்பற்றிருந்தன. அவை ஒன்று திரட்டப்பட்ட பேரியக்கமாக இந்திய அளவில் உருப்பெறவே இல்லை.

3. விடுதலை என்ற வதந்தி

முதல் இந்திய விடுதலைப் போருக்குத் தலையாய காரணங்களுள் ஒன்று பிளாசி போர். பொ.யு. 1757ம் ஆண்டு நடைபெற்ற அப்போரின் வடுவும் வன்மமும், நூறாண்டைக் கடந்தும் அதாவது பொ.யு.1857ம் ஆண்டு வரையிலும்கூட இந்திய மக்களின் மனத்திலிருந்து மறையாமல் இருந்தது.

வங்காளத்தின் நவாப் சிராஜ்-உத்-தௌலா பிரிட்டிஷாரைக் கடுமையாக எதிர்த்தார். அவரின் படைக்கும் பிரிட்டிஷ் படைக்கும் இடையே வரலாற்றுச் சிறப்புடைய யுத்தம் பிளாசி என்ற இடத்தில் 23.6.1757ம் நாள் நடைபெற்றது. பிரிட்டிஷ் படையை ராபர்ட் கிளைவ் தலைமையேற்று நடத்தினார்.

ராபர்ட் கிளைவ் – சிறுகுறிப்பு

ராபர்ட் கிளைவ் பிரிட்டிஷ் அதிகாரி. இவர் 29.09.1725ம் ஆண்டு பிறந்தார். இவரின் முழுப்பெயர் மேஜர் ஜெனரல் ராபர்ட் கிளைவ். இவரும் வாரன்ஹேஸ்டிங்கும் இணைந்து பிரிட்டிஷ் இந்தியாவை உருவாக்கினர். இவர்களுக்குப் பின் வந்தவர்கள் அதைத் தக்கவைத்துக் கொண்டனர்.

ராபர்ட் கிளைவ் இங்கிலாந்தில் நடுத்தரக் குடும்பத்தில் பிறந்தவர். அத்தை வீட்டில் பால பருவத்தைக் கழித்த கிளைவ், இளைஞனானதும் வீட்டுக்கு அடங்காமல் இருந்தார். குறிப்பாக, பொறுக்கியாகத் திரிந்தவர் தன் நண்பர்களைச் சேர்த்துக்கொண்டு டிரைட்டன்

சந்தையில் உள்ள கடைகளில் மிரட்டி மாமூல் வசூலித்தார் என்கின்றன வரலாற்றுக் குறிப்புகள். இரண்டுமுறை சிறைக்குச் சென்றுவந்த கிளைவை, அவர் தந்தை ரிச்சர்ட் கிளைவ் கிழக்கிந்திய கம்பெனிக்கு எழுத்தர் வேலைக்கு அனுப்பினார்.

10.03.1743ம் நாள் மெட்வே என்ற இடத்திலிருந்து விஞ்செஸ்டர் என்ற பாய்மரக் கப்பலில் இந்தியாவுக்குப் பயணம் மேற்கொண்டார் கிளைவ். அப்போது அவருக்கு வயது 17. இவரின் வயதுள்ள பையன்களைச் சேர்த்துக்கொண்டு உணவு, சவரக் கூலியைத் தரமுடியாது என தகராறு செய்து, குடித்துவிட்டு ஆட்டம்போட்டு கப்பல் கேப்டனால் தண்டிக்கப்பட்டார்.

18 மாதங்களுக்குப்பின் மதராஸ் வந்து சேர்ந்த கிளைவ் கிழக்கிந்திய கம்பெனியில் கிளார்க் வேலைக்குச் சேர்ந்தார். அவருக்குத் தரப்பட்ட சம்பளம் ஆண்டுக்கு ஐந்து பவுண்ட். இந்திய மதிப்பில் 50 ரூபாய். சாப்பாடும் தங்கும் இடமும் இலவசம்.

சில மாதங்களிலேயே மேலதிகாரிகளின் பலவீனங்களைத் தெரிந்துகொண்ட கிளைவ் கையூட்டுக் கொடுத்து தனது காரியத்தைச் சாதித்துக்கொண்டார். பின்பு மெட்ராஸ் கவர்னராகப் பதவியைப் பிடித்த கிளைவ் தனது அதிகாரத்தைத் தவறான வழியில் பயன்படுத்திப் பெரும்பணம் சேர்த்தார். இடையில் தனது நண்பர் எட்மண்ட் மஸ்கில்னெவின் தங்கை மர்க்கரெட்டைத் திருமணம் செய்தார். பம்பாயில் சிறிது காலம் வாழ்ந்தார்.

இவரின் மகன்கள்: எட்வர்ட் கிளைவ், ராபர்ட் கிளைவ் ஜூனியர், சார்லட் கிளைவ், ரிச்சர்ட் கிளைவ், ராபர்ட் கிளைவ். இவரின் மகள்கள்: ரெப்பாக்வ் கிளைவ், மார்கரட் கிளைவ், எலிசபெத் கிளைவ், ஜேன் கிளைவ்

1760ம் ஆண்டு இங்கிலாந்து சென்ற கிளைவிடம் 2 லட்சத்து 34 ஆயிரம் பவுண்ட் பணம் இருந்தது (இந்திய மதிப்பில் 1,81,93,500 ரூபாய்). முறைகேடாக ஈட்டிய பணத்தை எளிதாக இங்கிலாந்துக்கு எடுத்துச்செல்ல வசதியாகத் தங்கம் மற்றும் வைரமாக மாற்றிக்கொண்டார் கிளைவ். இப்படி டோனிங்டன் என்ற கப்பலில் அவர் 1,400 பாளங்களாக எடுத்துச்சென்ற தங்கம், புயலில் சிக்கி கடலில் மூழ்கிப்போனது. அதை இன்றும்கூட தேடிக் கொண்டிருக்கிறார்கள்.

பின்பு தனது தந்தையின் கடன்களையெல்லாம் அடைத்த கிளைவ் தனது தங்கைகளுக்கு மிக ஆடம்பரமாகத் திருமணம் செய்துவைத்ததுடன் லண்டன் நகரின் முக்கிய இடத்தில் 92,000 பவுண்ட் விலைகொடுத்து பண்ணை வீடு ஒன்றை வாங்கி, பிரபல பணக்காரர்களில் ஒருவராகத் தன்னைக் காட்டிக்கொண்டார்.

கிளைவ் மீது இங்கிலாந்து நாடாளுமன்றத்தில், 'பெரும் ஊழல் செய்து பணம் சம்பாதித்தார்' என்ற குற்றச்சாட்டு எழுந்தபோது அதை மறுத்த கிளைவ், பல நாடகங்களை அரங்கேற்றினார். கிழக்கிந்திய கம்பெனியை ஏமாற்றிய கிளைவால் மனசாட்சியை ஏமாற்ற முடியவில்லை. அவரின் உடல் மிக மோசமான சூழ்நிலையை அடைந்தது. தூக்கமில்லாமல் கஷ்டப்பட்டார்.

சாவோடு போராடிக்கொண்டிருந்த கிளைவ், தன்னுடைய கடந்த காலத்தில் இந்தியாவின் எதிர்காலத்தைக் கொள்ளையடித்ததன் வினையால்தான், இந்த நிலைக்குத் தான் தள்ளப்பட்டதாக உணர்ந்தே இருந்தார். அவரின் நாள் குறிப்புகள் இதை உறுதி செய்கின்றன.

தீவிரமான மனச்சிதைவு மற்றும் பித்தப்பை கோளாறு காரணமாக அவதிப்பட்டவர், தூக்கம் வருவதற்காகத் தினமும் போதை ஊசி போட்டுக்கொண்டிருந்தார். அது நரம்புத் தளர்ச்சியை அதிகமாக்கியது. யாரிடமும் பேச முடியவில்லை, வலியும் வேதனையும் மிதமிஞ்சிய சினத்தையே உருவாக்கியது. அழுது கதறியதோடு தன்னைக் கொன்றுவிடுமாறு நாளெல்லாம் கத்திக்கொண்டே இருந்தார்.

இவர் 22.11.1774ம் நாள் தனது 49வது வயதில் இங்கிலாந்தில் உள்ள தனது பண்ணை வீட்டில் தனது கழுத்தை அறுத்துத் தற்கொலை செய்துகொண்டார்.

இந்தியாவைத் தனதாக்கிக்கொள்ள முயன்ற, கிளைவின் இறுதிச் சடங்கை நடத்த தேவாலயம் அனுமதிக்கவில்லை. ஏனெனில் தேவாலயங்கள் தற்கொலைகளை ஏற்றுக்கொள்வதில்லை.

சிராஜ்-உத்-தெளலா – சிறு குறிப்பு

மிர்சா முஹம்மது சிராஜ்-உத்-தெளலா இந்திய விடுதலைப் போரில் முஸ்லிம்கள் முதன்மையாளர்கள். இந்திய விடுதலைக்காகச் சிறை சென்றவர்களிலும் உயிர் நீத்தவர்களிலும் இஸ்லாமியர்கள் கணிசமாகவே இருந்தனர். இவர்களது மக்கள்தொகை விகிதாசாரத்தைவிட விடுதலைப் போரில் மாண்டவர்களின் விகிதாசாரம் அதிகமாகவே இருந்தது. (நன்றி: குஷ்வந்த்சிங், இல்லஸ்டிரேட் வீக்லி, 29-12-1975.)

பிரிட்டிஷாரின் நிர்பந்தங்களுக்கு எதிராய் இந்த மண்ணில் முதலில் நிமிர்ந்து நின்றவர்தான் வங்காளத்தை ஆண்ட சிராஜ்-உத்-தெளலா.

ஆப்கானியப் படைவீரர் அலிவர் திகான் பொ.யு. 1726ல் துருக்கியிலிருந்து இந்தியா வந்து வங்காளப் படையில் சேர்ந்தார். பின்பு 1740ல் வங்காளத்தின் நவாப் ஆனார். அவருக்குப் பின்னர் 24 வயதான அவரது பேரர் சிராஜ்-உத்-தெளலா வங்காள நவாபாக ஆனார்.

சிராஜ்-உத்-தௌலா மற்ற நவாப்கள் போலல்லாமல் பிரிட்டிஷாருக்கு எதிராகக்கிளர்ச்சிசெய்துகலங்கடித்தமாவீரராவார்.ஆங்கிலேயர்களுக்குச் சிம்ம சொப்பனமாகத் திகழ்ந்த சிராஜ்-உத்-தௌலாவின் புகழ் வடக்கே மிக விரைவாகப் பரவியது. 1757ல் ஆங்கிலேயரை அவர் சந்தித்த பிளாசி போர்தான் பிரிட்டிஷ் ஏகாதிபத்தியத்திற்கு எதிராய் இம்மண்ணில் நடந்த முதல் பெரிய யுத்தம்.

இப்போரில் கைதாகும் இந்திய வீரர்களை அடைப்பதற்காக பிரிட்டிஷார் கட்டிய சிறைக்கூடத்திலேயே அவர்களைக் கைதுசெய்து அடைத்த மாவீரர்தான் தௌலா. பிரிட்டிஷாரின் நாடாளும் ஆசையை முளையில் கிள்ளும் தௌலாவின் முயற்சியை முறியடிக்க, பிரிட்டனிலிருந்து கடல் வழியாக வந்த பிரிட்டிஷ் படை கல்கத்தா துறைமுகத்தில் மிகப்பெரிய எதிர்ப்பைச் சந்தித்தது.

கல்கத்தா துறைமுகத்தில் பிரிட்டிஷாரை எதிர்கொண்ட சிராஜ்-உத்-தௌலாவுக்கு இயற்கை மட்டும் ஒத்துழைத்திருந்தால், இந்திய சரித்திரமே மாறியிருக்கும். ஆனால், இயற்கை ஒத்துழைக்க மறுக்க, நான்கு மணி நேரம் பெய்த கடுமையான மழையினால் தௌலா படையின் வெடிமருந்துகள் நனைந்தன. அவரது முயற்சிக்கு முற்றுப்புள்ளி வைக்கப்பட்டது.

தங்களுக்கு எதிராக மிகப்பெரிய சக்தியாக வளர்ந்துவரும் சிராஜ்-உத்-தௌலாவின் செல்வாக்கை முறியடிக்க பிரிட்டிஷார் சதித்திட்டம் தீட்டினர். 22" X 14" அளவுகொண்ட ஓர் இருட்டறையில் 144 பிரிட்டிஷாரை அடைத்துவைத்துக் கொடுமைப்படுத்தியதாக 'ஹோல்வேல்' என்ற ஆங்கிலேயன் அவதூறு பரப்பினான்.

உடனே சென்னையிலிருந்து 'அட்மிரல் லாட்ஸன்' மற்றும் 'சிலாலோ' இருவரும் கல்கத்தா புறப்பட்டுச் சென்றனர். இவர்கள் வெளிப்படையாக சிராஜ்-உத்-தௌலாவுடன் ஒப்பந்தம் செய்துகொண்டு, மறைமுகமாக அவரை வீழ்த்த கீழறுப்பு வேலைகளைச் செய்யத் துவங்கினர்.

பிளாசி யுத்தத்தின்போது நவாப்பின் படைகள் எண்ணிக்கை அளவில் மிகுதியாக இருந்தன. அதனால், சிராஜ்-உத்-தெளலா நவாப்பின் தளபதியான மீர் ஜாஃபரை லஞ்சம் கொடுத்து விலைக்கு வாங்கினர். மீர் ஜாஃபருடன் ஒரு ரகசிய உடன்படிக்கையைச் செய்துகொண்டனர். அதன்படி போரில் மீர் ஜாஃபருக்கு உட்பட்ட படைப்பிரிவு பிரிட்டிஷ் படையுடன் போரிடாமல் ஒதுங்கிக்கொண்டது.

1757ல் வெள்ளையர் முகாமிட்டிருந்த கல்கத்தா துறைமுகத்தைச் சிராஜ்-உத்-தெளலா தாக்கினார். நான்கு மணிநேரம் கடும் மழையிலும் காற்றிலும் வெடிமருந்துகள் செயலிழந்து விட்டபோதிலும் இறுதிவரை போரிட்டார்.

பொ.யு. 1757ல் பிளாசி மைதானத்தில் நடந்த யுத்தத்தில் மீர் ஜாஃபரின் சதியால் சிராஜ்-உத்-தெளலா தோல்வியுற நேர்ந்தது. அதனால்தான் கிளைவ் எளிதில் வெற்றி பெற்றார். நவாப்பைக் கைதுசெய்த கிளைவ் அவரைக் கல்கத்தா துறைமுகத்தில் தூக்கிலிட்டார்.

பிரிட்டிஷார் சார்பில் பிளாசியில் போரிட்டுப் படுகாயமடைந்த இந்தியச் சிப்பாய்களுக்கு மருத்துவ வசதிகளை வழங்காமல், அவர்களைப் பீரங்கியின் வாயில் வைத்துச் சுட்டுக்கொல்ல ஜெனரல் ஆர்தர் வெல்லெஸ்லி உத்தரவிட்டார். அதன் பின்னர், பிரிட்டிஷ் ஆட்சி இந்தியாவில் நன்றாகக் காலூன்றியது.

பிளாசி போருக்குப் பின்னரும் எதிர்ப்புகள்

பொ.யு. 1759ம் ஆண்டு ஜூலை மாதம் ஏறத்தாழ 5,000 பரத்வான் மக்கள் சேர்ந்து பிரிட்டிஷ் கருவூலத்தைக் கொள்ளையடிக்க முயன்றனர். பொ.யு. 1799ம் ஆண்டு வாலிப் புரட்சி தொடங்கியது. டெக்கான் நவாபும் முர்ஷிதாபாத் நவாபும் இணைந்து பிரிட்டிஷாருக்கு எதிராகச் செயல்புரிந்தனர்.

இவர்களுக்கு உதவியாக சாரநாத்தைச் சேர்ந்த ஜெகத்சின்காவும் வாரணாசியைச் சேர்ந்த சிவதேவும் இருந்தனர். ஆதலால், பிரிட்டிஷார் சிவதேவுக்கு மரணதண்டனையும் ஜெகத்சின்காவுக்கு ஆயுள் தண்டனையையும் வழங்கினர். பொ.யு.1802ம் ஆண்டு சிந்தியா, போசில், ஹோல்கார் ஆகியோர் இணைந்து பிரிட்டிஷாரை எதிர்த்துத் தோற்றனர்.

ஊதாச்சாய எதிர்ப்பு

அவுரி அல்லது நீலி என்னும் செடி தாவரவியலில் இண்டிகோஃபெரா டின்க்டோரியா என்று அழைக்கப்படுகின்றது. இதன் பொது ஆங்கிலப் பெயர் ட்ரூ இண்டிகோ. இதிலிருந்து முன்னர் நீலநிறச் சாயம் எடுத்தனர். நெடுங்காலமாக உலகெங்கிலும் ஊதாநிறச் சாயத்திற்கு இச்செடியைப் பயன்படுத்தினர்.

புதர் வகையான இச்செடி ஏறத்தாழ இரண்டு மீட்டர் வளரக்கூடியது. இப்புதர்ச்செடி ஆறாண்டுத் தாவரமாகவோ ஈராண்டுத் தாவரமாகவோ நிலையாக இருக்கும் தாவரமாகவோ உள்ளது. இச்செடியின் இலைகளை நீரில் ஊறவைத்து புளிக்கச் செய்து சாயத்தை எடுக்கின்றனர். இந்தச் சாயத்தின் பெயர் இண்டிகோட்டின் என்னும் ஊதாச்சாயம் ஆகும். அவுரி 18 வகை விஷங்களை நீக்கும் வல்லமை பெற்ற மூலிகைச் செடியாகும்.

பிரிட்டிஷார் இந்தியாவின் சாதாரண விவசாயிகள் உணவு வகைகளைப் பயிரிட அனுமதி மறுத்து, தங்கள் சுயலாபத்திற்காகக் கட்டாயப்படுத்திப் பயிரிடச் செய்த பொருள் வகைகளில் அவுரியும் ஒன்று. வங்காளத்தில் சிரோமணிபூர், பரமானந்தபூர் என்ற இரண்டு ஊர்களில், பிரிட்டிஷார் ஜமீன்தார்கள் மூலம் அவுரி விவசாயம் செய்யச்சொல்லி விவசாயிகள் அனைவரையும் வற்புறுத்தினர்.

வேறு எந்தத் தொழிலும் செய்ய முடியாமல் போன விவசாயிகள், அனைத்திற்கும் பிரிட்டிஷாரையும் ஜமீன்தாரையும் சார்ந்து, அவர்களின் அராஜகங்களையும் சகித்து வறுமையில் வாடவேண்டிய நிலையிருந்தது. தமது புதிய வீட்டை ஜெயராம்பாடியில் கட்டியபோது அந்த வேலைகளை இவர்களுக்குத் தந்து அன்னை சாரதாதேவி உதவியது வரலாற்றில் பதிந்த ஒன்று.

ஆரம்பகால கிறித்துவ மதப் பிரசாரகரான டாக்டர் லாங் சாயத்திற்கான அவுரிச் செடிகளை வளர்க்கும் பண்ணை முதலாளிகள் இந்தியாவில் செய்த கொடுமைகளை விளக்கும் நாடகத்தை மொழிபெயர்த்தார். அதற்காக ஆங்கிலேயர்கள் அவரைச் சிறையில் அடைத்தனர்.

வங்காளத்தில் பணியாற்றிய இ.டி.லதூர் எனும் பிரிட்டிஷ் நீதிபதி 1848ம் ஆண்டு இங்கிலாந்தில் வந்திறங்கும் ஒவ்வோர் 'இண்டிகோ' பெட்டியின் மீதும் மனித ரத்தக்கறை படிந்திருக்கிறது என்று கூறும் அளவுக்குக் கொடுமைகள் நடந்தேறின. பொ.யு.1849ம் ஆண்டு 'இண்டிகோ' உற்பத்தியாளர்களுக்கு விரோதமாக ஏறத்தாழ 50 லட்சம் விவசாயிகள் இண்டிகோ பயிரிட முடியாது என்று தங்களின் எதிர்ப்பினைப் பலமாகக் காட்டினர்.

பொ.யு.1765ம் ஆண்டு முதல் பொ.யு.1770ம் ஆண்டு வரையில் வங்காளத்தின் மொத்த வருவாயில் மூன்றில் ஒரு பங்கினை வாணிபப் பொருட்களாக மாற்றி, பிரிட்டிஷார் வங்காளத்திற்கு வெளியே அனுப்பினர். ஒட்டுமொத்த இந்தியாவிலிருந்து பிரிட்டிஷாரால் சுரண்டப்பட்ட பொருட்களின் மதிப்பு பிரிட்டனின் மொத்த வருமானத்தில் இரண்டு விழுக்காடு அளவுக்கு மேலிருந்தது.

பிரிட்டிஷாரால் இந்திய வணிகர்கள் வர்த்தகத் துறையிலிருந்து முற்றிலுமாக விரட்டியடிக்கப்பட்டனர். இந்தியர்கள் எதை

உற்பத்தி செய்யவேண்டும், எதை இறக்குமதி செய்யவேண்டும் என்பதை பிரிட்டிஷாரே தீர்மானித்தனர். பிரிட்டிஷார், இந்திய முதலாளிகளையும் தொழிலாளர்களையும் தங்களின் உற்பத்தி அடிமைகளாகவே கருதினர்.

இந்தியர்கள் பருத்தியை ஏற்றுமதி செய்து, பருத்தித் துணிகளை இறக்குமதி செய்யும் தலைகீழான பொருளாதாரத் திட்டத்திற்கு ஆட்பட்டனர். அதன்படி பின்னாளில் அதாவது, பொ.யு.1845ம் ஆண்டு இந்தியாவிலிருந்து 10,75,309 பவுண்டு எடையுள்ள பஞ்சு பிரிட்டனுக்கு ஏற்றுமதி செய்யப்பட்டது.

பிரிட்டனில் தயாரிக்கப்படும் பொருட்களையோ அல்லது அதன் காலனிக்குட்பட்ட நாடுகளிலிருந்து இறக்குமதி செய்யப்படும் பொருட்களையோ, இந்தியாவில் உற்பத்தி செய்து, பிரிட்டனுக்கு ஏற்றுமதி செய்யவேண்டும் என்று இந்தியரோ அல்லது வேறு நாட்டினரோ நினைக்கக்கூடாது என்பதற்காக, பிரிட்டன் அரசு தீர்வைத் தொகையைத் திகுடுமுகுடாக உயர்த்தி வசூல் செய்தது.

அதாவது, இந்தியத் துணிகளுக்கு 30 முதல் 70 விழுக்காடு தீர்வைகள் விதிக்கப்பட்டன. தீர்வை என்பது, வருமானம் ஈட்டுவதற்காக அரசால் விதிக்கப்படுகின்ற ஒரு வகை வரி ஆகும். இது பொதுவாக ஏற்றுமதி, இறக்குமதி ஆகியவை தொடர்பில் விதிக்கப்படுகின்றது. இவற்றையே சுங்கத் தீர்வை எனக் குறிப்பிடுகின்றனர்.

தீர்வை விதிக்கப்படுவது வருமானம் ஈட்டுவதற்காக என்றாலும் வேறு சில இலக்குகளை அடைவதற்காகவும் தீர்வையைப் பயன்படுத்துவது உண்டு. குறிப்பிட்ட பொருட்களின் ஏற்றுமதியையோ இறக்குமதியையோ கட்டுப்படுத்தல், உள்ளூர் உற்பத்திகளுக்கு ஊக்கம் கொடுத்தல், நாட்டின் கல்வி மற்றும் தொழில்துறை போன்ற துறைகளின் வளர்ச்சியை ஊக்குவிப்பதற்காக அவசியமான பொருட்களின் இறக்குமதியை ஊக்குவித்தல் போன்ற தேவைகளுக்காகக் குறிப்பிட்ட சில பொருட்கள் மீதான தீர்வைகளைக் குறைப்பதும் கூட்டுவதும் உண்டு.

பல வளர்முக நாடுகள் ஆடம்பரப் பொருட்கள்மீது கூடுதலான தீர்வைகளை விதிப்பதன் மூலம் நாட்டுக்கு மிகத் தேவையான அந்நியச் செலாவணியின் விரயத்தைக் கட்டுப்படுத்த முயல்கின்றன.

பன்னாட்டு வணிகத்தில் ஏற்றுமதி இறக்குமதி என்பன தொடர்பில் விதிக்கப்படுகின்ற மறைமுக வரியே 'சுங்கத் தீர்வை'. பொருளியல் அடிப்படையில், சுங்கவரியும் ஒரு நுகர்வு வரி. பிற நாடுகளிலிருந்து இறக்குமதி செய்யப்படும் பொருட்களுக்கு விதிக்கப்படும் தீர்வையானது இறக்குமதித் தீர்வை எனப்படும். அதேபோல, வெளிநாட்டுக்கு ஏற்றுமதி செய்யப்படும் பொருள்கள் மீதான தீர்வை ஏற்றுமதித் தீர்வை ஆகும்.

இந்தியச் சர்க்கரையின் மீது மும்மடங்குச் சுங்க வரி விதிக்கப்பட்டது. மேலும் சில இந்தியப் பொருட்களுக்கு 400 விழுக்காடு வரை சுங்கத் தீர்வை விதிக்கப்பட்டது.

கல்கத்தாவிலும் காசியிலும் இரண்டு புதிய கல்வி நிறுவனங்களைத் தொடங்கினர். இவையும் பாரசீக மொழி, வடமொழிப் பயிற்சிக்கான நிலையங்களாகவே இருந்தன. இந்தியாவில் பிரிட்டிஷ் நிர்வாக மற்றும் நீதி அமைப்புகளில் பணியாற்றவும் பிரிட்டிஷ் வர்த்தக நிலையங்களில் கீழ்நிலைப் பணிகளைச் செய்யவும் பிரிட்டிஷார்களை அல்லது ஆங்கிலம் தெரிந்தவர்களைப் பணிநியமனம் செய்யவேண்டிய சூழல் பிரிட்டிஷாருக்கு ஏற்பட்டது.

பிரிட்டிஷார்களை அங்கிருந்து இந்தியாவுக்குக் கொண்டுவந்து பணிபுரிய வைக்க அதிக பணம் செலவுசெய்ய வேண்டியிருந்தது. அதனைத் தவிர்க்க இந்தியர்களுக்கு ஆங்கில அறிவைக் கொடுத்து, அவர்களைக் கீழ்நிலைப் பணிகளில் நியமிக்கலாம் என்று திட்டமிட்டனர். பொ.யு.1813ம் ஆண்டில் புகுத்தப்பட்ட இக்கல்விமுறை பொ.யு.1833ம் ஆண்டு விரிவாக்கம் செய்யப்பட்டது.

டல்ஹௌசி – சிறு குறிப்பு

கிழக்கிந்திய கம்பெனியின் விதிகளுக்குப் புறம்பாக நிர்வாக முறைகளை மேற்கொண்டு, இந்தியாவில் பிரிட்டிஷ் ஆட்சியை விரிவடையச் செய்த சீரும் சிறப்பும் டல்ஹௌசிக்கு மட்டுமே உண்டு. அவர் இந்தியாவில் செய்த ஒவ்வொரு நல்ல காரியத்திற்குப் பின்னாலும் பிரிட்டனின் மாபெரும் வளர்ச்சி ஒளிந்திருந்தது.

ஸ்காட்லாந்தில் 22.4.1812ம் நாள் பிறந்த ஜேம்ஸ் ஆண்ட்ரூ பிரௌன்ராம்சே என்ற டல்ஹௌசி இந்தியாவில் கவர்னர் ஜெனரலாக பொயு. 1848ம் ஆண்டு முதல் பொயு. 1856ம் ஆண்டு வரை பணியாற்றினார்.

இவர் முத்தாய்ப்பான மூன்று கொள்கைகளை உருவாக்கி இந்தியர்களின் ரத்தத்தை உறிஞ்சினார். 1. நில இணைப்புக் கொள்கை, 2. அவகாசியிலிக் கொள்கை, 3. சீர்திருத்த நிர்வாக ராணுவ நடவடிக்கைகள் கொள்கை. இம்மூன்று கொள்கைகளின் உள்நோக்கமும் இந்தியாவைத் தூக்கி நிறுத்தி, அப்படியே அதனை நடத்திக் கொண்டுபோய் இங்கிலாந்தில் விட்டுவிடுவதுதான்.

அதனால்தான், கிழக்கிந்திய கம்பெனியின் வருவாய் ஆணையத்தின் தலைவர் ஜான் சலிவன், ‘நம்முடைய நிர்வாகம் கடற்பஞ்சைப் போலச் செயல்படுகிறது. கங்கைக் கரையிலுள்ள அனைத்து வளங்களையும் உறிஞ்சி அவற்றை தேம்ஸ் நதிக்கரையில் பிழிந்து விடுகிறது’ என்று குறிப்பெழுதினார்.

டல்ஹௌசி இந்தியாவில் பொதுப்பணித் துறையில் மிகப்பெரிய மாற்றங்களைக் கொண்டுவந்தார். சாலைகளை விரிவுபடுத்தினார்.

பாலங்களை உருவாக்கினார். அஞ்சல்துறையைத் தோற்றுவித்தார். ரயில் பாதைகளை அறிமுகப்படுத்தினார். அஞ்சல், தந்தி முறையைக் கொண்டுவந்தார். மாபெரும் இந்திய நிலப்பரப்பை பிரிட்டிஷார் தங்களின் விரல்நுனியில் ஆட்சிசெய்ய அவர்களுக்குத் தந்திச்சேவை பெரிதும் பயன்பட்டது.

இந்தியாவில் பொ.யு.1850ம் ஆண்டு, மேற்கு வங்காள மாநிலம் கொல்கத்தாவில் இருந்த டைமண்ட் துறைமுகத்துக்கும் கிழக்கிந்திய கம்பெனிகளுக்கும் இடையே முதல் தந்திச்சேவை தொடங்கப்பட்டது. பொ.யு.1853ம் ஆண்டு இந்தியா முழுவதும் 64,000 கிலோமீட்டர் தூரத்துக்குப் பொதுமக்கள் பயன்பாட்டுக்கென தந்திக் கம்பிகள் இணைக்கப்பட்டன.

டல்ஹௌசியின் கோடைகால இருப்பிடம் கோத்தகிரி. அவரது வசதிக்காக பெங்களூர் முதல் கோத்தகிரி வரை தந்தி சேவை உருவாக்கப்பட்டது. அதற்கான அப்போதைய செலவு ரூ 25,500. கோத்தகிரியில் இருக்கும்போது, அவருக்கு முதல் தந்தி 1.4.1855ம் நாள் அனுப்பப்பட்டது. நவீன தகவல் தொடர்புகளின் வளர்ச்சியால் இந்திய தந்திச் சேவை 14.7.2013ம் நாள் நிறுத்தப்பட்டதும் ஒரு வரலாறுதான்.

டல்ஹௌசி இந்தியர்களுக்குச் செய்த துரோகங்களுள் ஒன்று கோஹினூர் வைரத்தைக் கொள்ளையிட்டது. கோஹ்-இ-நூர் என்பது உலகின் பெரிய வைரங்களில் ஒன்றாகும். கோஹினூர் என்பதற்குப் பாரசீக மொழியில் ‘ஒளி மலை’ என்று பொருள். இதன் எடை 21.12 கிராம்.

பொ.யு.1839ம் ஆண்டு மரணப் படுக்கையிலிருந்த ரஞ்சித்சிங், ‘தன்னிடமிருந்த உலகப் புகழ்பெற்ற கோஹினூர் வைரத்தை ஒரிசாவில் உள்ள ஜெகநாத் கோவிலுக்குத் தானமாக வழங்கவேண்டும்’ என்று உயில் எழுதினார்.

இந்த வைரம் இந்தியாவிலிருந்து நாதர்ஷா என்னும் இரானிய மன்னனால் 1739ம் ஆண்டில் எடுத்துச் செல்லப்பட்டது என்று வரலாற்று ஆய்வாளர்கள் கூறுகிறார்கள். இது எந்த அளவுக்கு உண்மை என்று தெரியவில்லை. அதன்பிறகு பல படையெடுப்புகளையும் சூறையாடல்களையும் கண்ட கோஹினூர் வைரம் இறுதியாக 1849ல் பஞ்சாப் இணைப்பின்போது பிரிட்டிஷ் கவர்னர் ஜெனரல் டல்ஹௌசியின் கைகளுக்கு வந்தது. டல்ஹௌசி அதை இங்கிலாந்து மகாராணி விக்டோரியாவுக்குக் கொடுத்தனுப்பினார்.

அப்போது இந்தியாவின் சில பகுதிகளைக் கைப்பற்றியிருந்த கிழக்கிந்திய கம்பெனிக்கு, வீழ்த்தப்பட்ட ஓர் இளம் மன்னன் இதைப் பரிசாக அளித்ததாகச் சொல்லப்படுகிறது. ஆனால், கோஹினூர் பற்றிய ஒரு புத்தகத்தின் இணை எழுத்தாளரும்

பிபிசி செய்தியாளருமான அனிதா ஆனந்த் கூறும்போது, "ஈட்டிமுனையில் இருக்கும்போது வழங்கப்படுவதை எல்லாம் பரிசு என்று எடுத்துக் கொள்ளலாமா என்று எனக்குத் தெரியவில்லை" என்று கூறுகிறார்.

1850களில் இளவரசர் ஆல்பர்ட் இந்த வைரத்தைப் பளபளப்பாக்கி இரண்டாம் எலிசபெத்தின் ஆபரணத்தில் பதித்தார். அன்றிலிருந்து பட்டத்து ஆபரணங்களுள் ஒன்றாக கோஹினூர் வைரம் கருதப்படுகிறது. பாகிஸ்தானும் ஆப்கானிஸ்தானும்கூட இந்த வைரத்தைத் தங்களுடையது என்று உரிமைகோரி வருகின்றன.

இந்த வைரத்திற்காக நிகழ்த்தப்பட்ட அதிகப்படியான சண்டைகளின் வரலாறு காரணமாக, இதை அணியும் எந்த ஆணுக்கும் துரதிர்ஷ்டம் வந்துசேரும் என பிரிட்டிஷ் அரச குடும்பத்தினரிடம் கோஹினூர் பெயர் பெற்றுள்ளது. ஐக்கிய ராஜ்ஜியத்திற்குக் கொண்டு வரப்பட்டதிலிருந்து அரச குடும்பத்தின் பெண்கள் மட்டுமே இதை அணிந்து வந்துள்ளனர். விக்டோரியா இந்த வைரத்தைத் தனது ஆடையில் நெய்தும் மகுடத்தில் வைத்தும் அணிந்துகொண்டார்.

1901ம் ஆண்டு அவர் இறந்த பின்னர் இது பிரிட்டிஷ் ராணி அலெக்சாந்திராவிடம் கொடுக்கப்பட்டது. 1911ம் ஆண்டு இந்த வைரம் பிரிட்டிஷ் ராணி மேரியிடம் கொடுக்கப்பட்டது. 1937ம் ஆண்டு ராணி எலிசபெத்தின் மகுடம் சூட்டுவிழாவிற்காகக் கொடுக்கப்பட்டது.

2023ம் ஆண்டு பிரிட்டன் அரசர் மூன்றாம் சார்லஸின் முடிசூட்டு விழா லண்டனில் உள்ள வெஸ்ட்மின்ஸ்டர் அபேயில் நடைபெற்றது. இந்த நிகழ்வில் சர்ச்சைக்குரிய கோஹினூர் வைரம் பயன்படுத்தப்படாது என பக்கிங்ஹாம் அரண்மனை முன்பே அறிவித்தது. ஆனாலும், கோஹினூர் வைரம் பதிக்கப்பட்ட அரசி மேரியின் கிரீடம் அரசரின் மனைவி கமீலாவுக்குச் சூட்டப்பட்டது.

டல்ஹௌசி பற்றிச் சுருக்கமான செய்திகள்

1. 1848ம் ஆண்டு டல்ஹவுசி பிரபு இந்தியாவில் பதவி வகித்த தலைமை ஆளுநர்களிலேயே இளைய வயது உடையவர்.
2. இந்தியாவில் நவீனமயமாக்கலைத் தொடங்கி வைத்தவர் டல்ஹௌசி.
3. நவீன இந்தியாவை உருவாக்கியவர் எனப் புகழப்படுகிறார்.
4. நில இணைப்புக் கொள்கை (Policy of Annexation), அவகாசியிலிக் கொள்கை (Doctrine of Lapse)களை அறிமுகப்படுத்தினார்
5. பொதுப்பணித் துறையை நவீனப்படுத்தியதால் இந்தியாவின் பொறியியல் பணித்துறைக்கு அடித்தளம் அமைத்துக் கொடுத்தார்.

6. 1853ம் ஆண்டு டல்ஹௌசி ரயில்வே அறிக்கையைத் தாமே தயாரித்து வெளியிட்டார். இந்தியாவின் எதிர்கால ரயில்பாதைக் கொள்கையை இது வடிவமைத்தது.

7. 1853ம் ஆண்டு பம்பாயிலிருந்து தானா வரை செல்லும் முதல் ரயில்பாதை இந்தியாவில் தொடங்கப்பட்டது.

8. 1854ம் ஆண்டு கல்கத்தா முதல் ராணிகஞ்ச் வரை ரயில்பாதை போடப்பட்டது.

9. 1856ம் ஆண்டு சென்னை முதல் அரக்கோணம் வரை ரயில்பாதை தொடங்கப்பட்டது.

10. 1852ம் ஆண்டு ஓ ஷாகன்னசே என்பவர் தந்தித் துறையின் முக்கிய கண்காணிப்பாளராக நியமிக்கப்பட்டார்.

11. இந்தியாவின் முக்கிய நகரங்களான கல்கத்தா, பெஷாவர், பம்பாய், சென்னை போன்றவை தந்தி மூலம் இணைக்கப்பட்டன.

12. 1857ம் ஆண்டு பெரும் கலகத்தின்போது தந்தி முறை பிரிட்டிஷாருக்குப் பெரும் வரப்பிரசாதமாக உதவியது. அதன் ராணுவ மதிப்பு அப்போதுதான் உணரப்பட்டது.

13. தற்கால அஞ்சல் துறைக்கு அடித்தளம் அமைத்தவர் டல்ஹௌசி ஆவார்.

14. 1854ம் ஆண்டு புதிய அஞ்சலகச் சட்டம் நிறைவேற்றப்பட்டது.

15. 1854ம் ஆண்டு சர் சார்லஸ் உட் 'கல்வி அறிக்கை'யை வெளியிட்டார்.

16. 'உட் கல்வி அறிக்கை' இந்தியாவின் அறிவுப்பட்டயம் எனக் கருதப்படுகிறது.

17. தொடக்கக் கல்வி, இடைநிலைக் கல்வி, உயர்கல்வி என அனைத்து நிலைக் கல்வி வளர்ச்சிக்கும் வழிவகுத்தது. இதனால் கல்வித் துறைகள் சீரமைக்கப்பட்டன.

18. 1857ம் ஆண்டு கல்கத்தா, பம்பாய், சென்னையில் பல்கலைக் கழகங்கள் நிறுவப்பட்டன.

19. 'பொதுப்பணித் துறையை நவீனப்படுத்தியதன் மூலம் இந்தியாவின் பொறியியல் பணித்துறைக்கு அடித்தளம் அமைத்தவர்' எனப் போற்றப்படுகிறார்.

20. 'ரயில் பாதை, தந்தித் துறைகளின் தந்தை' என்று போற்றப்படுகிறார்.

இறக்குமதி செய்யப்பட்ட பொருட்களை இந்தியா முழுவதிற்கும் கொண்டு செல்லவும், ஏற்றுமதி செய்வதற்காக இந்தியாவின் பல்வேறு பகுதிகளிலிருந்து மூலப்பொருட்களைத் திரட்டுவதற்காகவும், அக்காலகட்டத்தில் போக்குவரத்து வசதிகளை ஏற்படுத்துவது முதன்மைத்தேவையாக பிரிட்டிஷாருக்கு இருந்தது. இதனால் இந்தியச் சாலைகளை விரிவாக்கினர். ஆறுகளையும் போக்குவரத்துக்குப் பயன்படுத்தினர். புகைவண்டித் தொடர்புகளைத் துறைமுகம் வரை நீட்டிக்க பொ.யு.1853ம் ஆண்டில் நிதி ஒதுக்கீடு செய்யப்பட்டது.

நவீன உற்பத்திக் கருவிகளின் வருகைக்குப் பின்னர், பொ.யு.1860ம் ஆண்டில் உலகப் பொருளாதாரத்தில் மிகப்பெரிய மாற்றங்கள். மேற்கு ஐரோப்பிய, வட அமெரிக்க நாடுகள் உற்பத்தித் துறையில் சிறந்து விளங்கி, வர்த்தகத் துறையில் பிரிட்டிஷ்காரர்கள் கொண்டிருந்த ஆதிக்கத்திற்கு ஆப்பு வைத்தனர். பிரான்ஸ், பெல்ஜியம், ஜெர்மனி, ரஷ்யா, ஜப்பான் ஆகிய நாடுகளும் அயல்நாட்டுச் சந்தைகளில் தங்களின் உற்பத்திப் பொருட்களுக்கு அதிக வரவேற்பைப் பெற்றன.

உலகமெங்கும் நிலவிய சந்தை பிடிக்கும் போட்டியின் காரணமாக பிரிட்டிஷார் தடுமாறினர். தங்களின் மூலதனத்திற்குப் பாதுகாப்பான இடமாக இந்தியாவையே தேர்ந்தெடுத்தனர். இந்தியாவின் பல்வேறு துறைகளில் தங்கள் மூலதனத்தை முடக்கினர். குறிப்பாக பெரும் பகுதித் தொகையினைப் புகைவண்டித் தொடர்புகளுக்குச் செலவிட்டனர். சிறுபகுதித் தொகையினைத் தேயிலைத் தோட்டங்கள், நிலக்கரிச் சுரங்கங்கள், சணல் ஆலைகள், கப்பல் போக்குவரத்து, வங்கி போன்றவற்றிற்குச் செலவிட்டனர்.

இந்த முதலீட்டினை இந்தியாவில் செலவிட்டதால், பிரிட்டிஷாருக்கு ஒரு நெருக்கடியும் ஏற்பட்டது. அதனை எதிர்கொள்ள என்ன செய்யவேண்டும் என்பது பற்றியும் இந்தியாவில் பம்பாயின் கவர்னராகப் பணியாற்றிய பிரிட்டிஷ்காரர் ரிச்சார்டு டெம்பிள் எழுதியுள்ளார்.

THE RIGHT HON. SIR RICHARD TEMPLE, BART. M.P.
G.C.S.I., C.I.E., D.C.L., LL.D., F.R.S.

அவர், 'ஏராளமான மூலதனம் இந்தியாவில் முதலீடு செய்யப்பட்டுள்ளதால், பிரிட்டன் இந்தியாவை நிரந்தரமாகத் தன்வசம் வைத்துக்கொண்டிருக்க வேண்டும்' என்று குறிப்பிட்டுள்ளார்.

வாலிபர் சங்கங்கள்

(ராஜா ராம்மோகன் ராய்)

பிரிட்டிஷ் ஆட்சிக்கு எதிராக மக்கள் அணி திரளமுடியும் என்பது ஒரு கற்பனையாகவே இருந்தது. ஆதலால், இந்தியாவில் தொடக்க நிலையில் அரசியல் கழகங்கள், அரசியல் தொண்டர்கள் போன்றோரின் பணிகள் மெதுவாகவே நடைபெற்றன. அரசியல் சீர்திருத்தங்களுக்காகக் கிளர்ச்சியைத் தொடங்கியவர் ராஜா ராம்மோகன் ராய்.

இவர் பத்திரிகைச் சுதந்திரம், ஜூரி முறைப்படி வழக்கு விசாரணை, நிர்வாகத் துறையிலிருந்து நீதித்துறையைப் பிரித்தல், உயர் பதவிகளுக்கு இந்தியர்கள் நியமனம், ஜமீன்தாரி கொடுமைகளிலிருந்து குடியானவர்களுக்கான பாதுகாப்பு, இந்தியத் தொழில் மற்றும் வர்த்தகத்தில் வளர்ச்சி ஆகியவற்றுக்காக பிரிட்டிஷாரை எதிர்த்துப் போராடினார்.

இந்தியச் சுதந்திரத்தை முன்னிட்டு மக்களிடத்தில் சுதந்திரம், மக்களாட்சி, தேசியம் போன்ற விதைகளைத் தூவி வந்தார். அவரின் இறப்புக்குப் பின்னர் பணிகளை முன்னின்று நடத்த, துடிப்பான வங்காள இளைஞர்கள் ஒன்று திரண்டனர். இந்த இளைஞர்கள் இந்துக் கல்லூரியின் விரிவுரையாளராகப் பணியாற்றிய ஹென்றி விவியன் டெரோஸியோ என்ற ஆங்கிலோ-இந்தியரைத் தலைவராகக் கொண்டு இயங்கியதால், இச்சங்கத்துக்கு 'டெரோஸியர்கள் சங்கம்' என்ற பெயர் ஏற்பட்டது.

(ஹென்றி விவியன் டெரோஸியோ)

பொ.யு.1820 முதல் பொ.யு.1840ம் ஆண்டுவரை வங்காள மக்களிடையே அரசியல் சார்ந்த விழிப்புணர்வை ஊட்டியதில் டெரோஸியர்கள் சங்கத்தினருக்கு முதன்மையான பங்குண்டு. டெரோஸியர்கள் சங்கம் செய்யத் தவறியதை, ராஜா ராம்மோகன்ராயின் ஆதரவாளர்கள்

‘பங்கபாஷா பிரகாசிக சபை’ என்ற ஒரு சங்கத்தை பொ.யு.1836ம் ஆண்டு உருவாக்கிச் செய்துவந்தனர். ஏறக்குறைய இதுதான் முதல் அரசியல் சார்ந்த அமைப்பாகும்.

கல்கத்தா மற்றும் அதன் அண்டைப் பகுதிகளைச் சார்ந்தவர்கள் 12.11.1837ம் நாள் கல்கத்தா இந்துக் கல்லூரியில் ஒன்றுகூடி, ‘வங்காள நிலச்சுவான்தார்கள் சங்கம்’ என்ற ஒன்றினைத் தொடங்கினர். இது இந்தியாவில் முதன்முதலாக நிறுவப்பட்ட, அரசு அங்கீகாரம் பெற்ற சங்கமாகும். வங்காளம், பீகார், ஒரிசா ஆகிய பகுதிகளில் இருந்த ஜமீன்தார்களின் சொத்துகளைப் பாதுகாப்பதே இச்சங்கத்தின் முதன்மை நோக்கம். துவாரகநாத் தாகூரின் ஆலோசனையின்படி இச்சங்கம் ராஜா ராம்மோகன்ராயின் கொள்கையை ஏற்றுத் தன் சார்பாளர்களை லண்டனுக்கு அனுப்பி அரசியல் பிரசாரத்தைத் தொடர்ந்தது.

ஸ்காட்லாந்த் விடுதலைப் போராட்ட வீரரான ஜார்ஜ் தாம்ப்ஸன் துவாரகநாத் தாகூரின் நண்பர். இவர் வங்காள நிலச்சுவான்தார் சங்க அலுவலகத்தை லண்டனில் தொடங்க உதவினார். பின்னர் துவாரகநாத் இந்தியாவுக்கு வந்தார்.

அவர் 20.04.1843ம் நாள் ‘வங்காள பிரிட்டிஷ் இந்தியச் சங்கம்’ என்ற ஒன்றினைத் தொடங்கினார். மேலைநாட்டு முறையில் அமைக்கப்பட்ட ஓர் அரசியல் அமைப்புச் சங்கமாக இது செயல்பட்டது. இந்தியர்களைப் பற்றிய உண்மை நிலையைக் கண்டறிந்து கூறுவது, மக்கள் நலனை அமைதியான சட்டப்பூர்வமான வழியில் பாதுகாப்பது, அனைத்துப் பிரிவினரின் உரிமைகளையும் நலன்களையும் விரிவுபடுத்துவது போன்றவை இச்சங்கத்தின் நோக்கங்களாக இருந்தன.

பொ.யு.1851ம் ஆண்டு ‘பிரிட்டிஷ் இந்தியச் சங்கம்’ உருவானது. பொ.யு.1852ம் ஆண்டு ‘மதராஸ் நேடிவ் சங்கம்’ உருவானது. இவை பணக்காரர்களுக்கான பாதுகாப்பு அமைப்புகளாகவே செயல்பட்டன. உள்ளூர் அமைப்புகளாகஇருப்பினும்இந்தியர்களின் தேவைகளை பிரிட்டிஷ் – இந்திய அரசாங்கத்திலும் பிரிட்டிஷ் பார்லிமெண்டிலும் எடுத்துரைத்தன. நிர்வாகச் சீர்திருத்தங்கள், அரசாங்கப் பணியில் இந்தியரை நியமித்தல், கல்வியைப் பரவலாக்குதல், இந்தியத் தொழில் மற்றும் வர்த்தகத்திற்கு ஆதரவு அளித்தல் போன்ற குறிக்கோள்களுக்காகவும் செயற்பாடுகளை மேற்கொண்டன.

பம்பாயிலிருந்த பிரமுகர்களால் 26.08.1852ம் நாள் ‘பம்பாய்க் கழகம்’ தொடங்கப்பட்டது. நாட்டுநலனைப் பேணக்கூடிய நடவடிக்கைகளை மேற்கொள்ளுமாறு அவ்வப்போது அரசாங்கத்திற்கு விண்ணப்பங்களின் வழியாக வலியுறுத்தும்

பணியினை இக்கழகம் மேற்கொண்டது. இந்தக் கழகம் ஜகன்னாத் ஷங்கர்ஷேத், தாதாபாய் நௌரோஜி, வி.என்.மண்ட்லிக், நௌரோஸ்ஜி சூர் தூன்ஜி ஆகிய பிரமுகர்கள் தலைவர்களாக இருந்த பெருமையினை உடையது.

பொ.யு.1853ம் ஆண்டில் இந்திய நிர்வாக முறையில் நடைபெறும் ஒழுக்கக் கேடுகளையும் முறைகேடுகளையும் விமர்சித்து இக்கழகம் பிரிட்டன் பாராளுமன்றத்துக்கு அனுப்பிய விண்ணப்பம் அங்கு பெரியளவில் சலசலப்பினை ஏற்படுத்தியது.

வங்காள பிரிட்டிஷ் இந்தியச் சங்கத்திலிருந்து வெளியேறிய சென்னைத் தமிழ் மற்றும் தெலுங்கு வியாபாரிகள் உருவாக்கிய சங்கம் 'சென்னை வாசிகள் சங்கம்' என்பதாகும். இதன் தலைவராக சி.ஏகாம்பர முதலியார் இருந்தார். மேற்கத்திய சாயலில் தென்னிந்தியாவில் தொடங்கப்பட்ட முதல் அரசியல் சார்ந்த அமைப்பு இது. வரிக்குறைப்பு, வரி வசூலிப்புக் கடுமையைத் தளர்த்துதல், பாதைகள், பாலங்கள், நீர்ப்பாசனப் பணிகள், கல்வி போன்றனவற்றை விரிவுபடுத்துதல், நிர்வாகத்தையும் நீதித்துறையையும் சீர்திருத்துதல் போன்ற காரணங்களை முன்வைத்து இச்சங்கம் பிரிட்டிஷாருக்கு எதிராகப் போராடியது. பொ.யு.1856ம் ஆண்டு வருவாய்த்துறை அதிகாரிகள் செய்த சித்திரவதைகளைப் பற்றி விசாரணை மேற்கொள்ள வேண்டும் என்று பிரிட்டன் பாராளுமன்றத்துக்கு ஒரு விண்ணப்பத்தினை அனுப்பியது.

பிரிட்டிஷ் அடக்குமுறைகளுக்குப் பணிந்து பழக்கப்பட்ட இந்தியர்கள் உலக நாடுகளின் வரலாற்றைப் பற்றிச் சிறிதளவு அறிய முயன்றனர். அமெரிக்க விடுதலைப் போராட்டம், பிரெஞ்சுப் புரட்சி பற்றிய தகவல்களை, தலைவர்களின் வழியாகக் கேட்டறிந்தனர். பொ.யு.1822 முதல் பொ.யு.1830 வரை துருக்கி, ஸ்பெயின், போர்த்துக்கீஸிய பேரரசுகளிடமிருந்து விடுதலை பெற்ற ஏறத்தாழ பன்னிரண்டு நாடுகளின் போராட்டங்களையும் செவிவழித் தகவல்களாக அறிந்துகொண்டனர்.

அவை இந்திய விடுதலை பற்றிய ஒரு கனவினை அவர்களின் உள்ளங்களில் உருவாக்கின. பொ.யு.1830 முதல் பொ.யு.1848 வரை ஐரோப்பாவில் நடைபெற்ற புரட்சிகள் இந்தியர்களின் இதயங்களில் நீங்கா இடம்பெற்றன.

'தேசியம்' என்பது தேசத்தைப் பற்றிய தன்னுணர்ச்சி சார்ந்த விழிப்புணர்வு. 'மனிதன் தானே விரும்பி வளர்த்துக் கொள்ளும் உணர்ச்சி. அரசியல், பொருளாதாரம், இனம், மொழி, பண்பாடு, சமுதாயம், சமயம் போன்றவற்றில் ஏற்படும் எதிர்மறையான மாற்றங்களே ஒரு நாட்டு மக்களைத் தேசிய உணர்வுகொள்ளச்

செய்கின்றன. இந்தியாவில் இத்தகைய மாற்றங்கள் நிகழ்ந்தன. அதனால், 'தேசியம்' என்ற சொல்லினைப் புரிந்துகொள்ள இந்தியர்கள் முயன்றனர்.

பிரிட்டிஷார் இந்தியாவிற்குள் நுழைந்த பின்னர் நவீன நாட்டமைப்பு முறை பின்பற்றப்பட்டது. இந்தியா (ஹிந்துஸ்தான்) என்ற நாடு, 'இந்தியா' என்றும் 'பிரிட்டிஷ் – இந்தியா' என்றும் கூறுபடுத்தப்பட்டது. ஏறத்தாழ *562* இந்திய நாடுகள் (இந்திய நிலப் பகுதிகள்) பிரிட்டிஷ் அரசினை ஏற்றுக்கொண்டன.

இந்தியாவின் எல்லா இடங்களிலும் பிரிட்டிஷ் நீதியும் சட்டமும் பரவின. நிலத்தில் புகைவண்டிகளின் வழியாகவும் நீரில் படகு, கப்பல் வழியாகவும் போக்குவரத்து விரிவுபடுத்தப்பட்டது. தகவல்களின் பரவல் அதிவிரைவு பெற்றது. ஆங்கிலக் கல்வி பரவியதால் ஆங்கிலத்தைக் கொண்டு இந்தியா முழுவதும் சென்றுவரலாம் என்ற எண்ணம் பிரிட்டிஷாருக்கும் இந்தியருக்கும் ஏற்பட்டது.

இந்தியா ஒரு குடையின் கீழ்வந்ததால், இந்தியர்கள் மனத்தில் 'எல்லோரும் இந்திய நாட்டு மக்களே' என்ற எண்ணம் பரவியது. இந்த எண்ணமே மக்கள் மனத்தில் தேசிய உணர்வினை ஊட்ட அடித்தளமாக அமைந்தது.

(ரிஷி ராஜ் நாராயண் போஸ்)

பொ.யு.1866ம் ஆண்டு வங்காளத்தில் ரிஷி ராஜ் நாராயண் போஸ் என்பவர், 'தேசிய உணர்ச்சிப் பெருக்கச் சங்கம்' என்ற ஒன்றைத் தொடங்கினார்.

'பொ.யு.1757ம் ஆண்டு பிரிட்டிஷார் பிளாசியில் நடைபெற்ற போரில் இந்தியரை வென்று இந்தியாவை அடிமைப்படுத்தினர். இப்போது பொ.யு.1875ம் ஆண்டு வரப்போகிறது. பிளாசி போர் நடைபெற்று

நூறு ஆண்டுகள் நிறைவடையப் போகின்றன. ஆதலால், இந்தியா விடுதலை பெற்றுவிடும்' என்ற வதந்தி இந்தியர்களிடையே பரவியது. பிரிட்டிஷ் அரசுக்கு எதிராகச் செயல்படத் துணிந்தவர்கள், இந்த வதந்தியை ஒரு தீர்க்கதரிசனமாகவே பரப்பத் தொடங்கினர்.

பிரிட்டிஷார் மீது சினத்திலிருந்த இந்தியர்களுக்கு இந்த வதந்தி அல்லது தீர்க்கதரிசனம் ஒரு பெரிய மனத் துணிவினைத் தந்தது. இந்திய விடுதலைக்காகப் போராடும் மனப் பக்குவத்தை அடைந்தனர்.

நூறாண்டாக மனத்திலிருந்த வன்மத்தை வெளிப்படுத்த நாள் குறித்தனர். அந்த நாள் 31.5.1857. ஆனால், அதற்கு முன்னதாகவே, 29.3.1857ம் நாளே மங்கள் பாண்டேவால் அந்த நூறாண்டு வன்மம் கசிந்து வெளிப்பட்டது.

4. கூட்டணியினர்

‘*31.05.1857*ம் நாள் புரட்சி வெடிக்க வேண்டும்’ என்று நாள் குறித்தவர்களுள் மகாராஷ்ட்ரா பேஷ்வா நானா தூந்த் பந்த் பகதூர் ஷா என்ற ‘நானா சாஹிப்’, ஜான்சி நாட்டின் ராணி லக்ஷ்மி பாய், அவத் நாட்டின் அரசி பேஹம் ஹஸரத் மஹல், அஸிமுல்லா கான், பீகார் நிலச்சுவான்தார் குன்வர் சிங், தாந்தியா தோபே, மௌல்வி அஹமது ஷா, அலி நக்ஹி கான் ஆகியோர் முதன்மையானவர்கள்.

நானா சாஹிப்

The NANA SAHIB, from an Original Drawing.

(நானா சாஹிப்)

மகாராஷ்ட்ராவில் மாதேரான் மலைச்சிகரங்களுக்கு அருகில் உள்ள வேணு என்ற கிராமத்தில் மாதவ ராவ் நாராயணபட் – கங்கா பாய் தம்பதிகளுக்கு 1824ம் ஆண்டு நானா பிறந்தார்.

மகாராஷ்ட்ர ராஜ்ஜியத்தின் அரசர் பேஷ்வா இரண்டாம் பாஜிராவ் பிரிட்டிஷாரின் நயவஞ்சகத்தால் தன்னுடைய அரச பதவியை இழந்தார். பிரிட்டிஷார் அவரிடம் ஓர் உடன்படிக்கையைச் செய்துகொண்டனர். அதன்படி, மகாராஷ்ட்ரா ராஜ்ஜியத்தை கிழக்கிந்திய கம்பெனி வைத்துக்கொள்வது என்றும் அதற்கு ஈடாக ஆண்டுக்கு எட்டு லட்ச ரூபாய் மானியம் வழங்குவது என்றும் முடிவு செய்யப்பட்டது.

இதற்கு ஒப்புக்கொண்ட பாஜிராவ் நாட்டைவிட்டு வெளியேறி, பிரம்மவர்த்தம் என்ற பிதூரில் தங்கித் தன்னைச் சார்ந்த குடும்பத்தாருடன் எளிமையாக வாழ்ந்துவந்தார். அவருக்கு ராஜ்ஜியம் இல்லையே தவிர மற்ற அனைத்து வசதிகளும் மரியாதைகளும் இருந்தன. அவரை நம்பிச் சென்றவர்களுக்கு நிதியுதவி அளித்து ஆதரித்தார். அவரைப் பார்க்க நானாவின் தந்தையும் குடும்பத்துடன் சென்றார். இரண்டரை வயதுடைய நானாவைப் பார்த்த பாஜிராவுக்கு மிகவும் பிடித்துவிட்டது. 7.6.1827 அன்று நானாவைத் தத்தெடுத்தார்.

பேஷ்வா சின்னாஜி அப்பா காசியின் அரசராக இருந்தார். அவருடைய பரிவாரங்களுள் மோரோ பந்து தாம்பே– பாகீரதிபாய் தம்பதியரும் இருந்தனர். அத்தம்பதியருக்கு 1835ம் ஆண்டு மனுபாய் (ஜான்சி ராணி லக்ஷ்மி பாய்) பிறந்தார். அவர்கள் தங்களின் நான்கு வயது மனுபாயுடன் பேஷ்வா பாஜிராவ் வாழ்ந்துவந்த பிரம்மவர்த்தத்துக்குக் குடிபெயர்ந்தனர். விளையாட்டிலும் வீரத்திலும் புத்திக் கூர்மையிலும் சிறந்திருந்த நானாவும் மனுபாயும் இணைபிரியாத தோழர்களாக இருந்தனர். மனுபாய் ஜான்சி மகாராஜா கங்காதரராவ் பாபா சாஹிபுவை மணந்தாள். ஜான்சிக்குச் சென்றாள்.

நானா சாஹிப் கல்வியறிவுடையவர் மட்டுமல்ல, கலை ரசிகரும்கூட. டாட் என்ற ஆங்கிலேயரைக்கொண்டு ஆங்கிலப் பத்திரிகைகளைப் படித்துத் தமது உலக அரசியல் சார்ந்த அறிவை வளர்த்துக்கொண்டார். மிகவும் பெருந்தன்மை வாய்ந்தவர். இரக்க குணமுள்ளவர். சிறந்த வீரர். அவர் வைத்திருந்த வீரவாள் மூன்று லட்ச ரூபாய் மதிப்புள்ளது. உயர்ஜாதிக் குதிரைகளையும் ஒட்டகங்களையும் விரும்பி வளர்த்தார். அவை மட்டுமல்ல, வேட்டை நாய்களையும் அழகிய மான்களையும் பராமரித்து வந்தார். சாங்கிலி மண்டலாதிபதியின் உறவினப் பெண்ணைத் திருமணம் செய்துகொண்டார்.

மீறப்பட்ட உடன்படிக்கை

1851ம் ஆண்டு பேஷ்வா இரண்டாம் பாஜிராவ் இறந்தார். உடனடியாக பிரிட்டிஷார் தங்களின் உடன்படிக்கையை மீறினர். மானியத்தை நிறுத்தினர். மகாராஷ்ட்ராவின் அடுத்த பேஷ்வாவாக அவர்கள் நானாவை ஏற்கவில்லை, மதிக்கவில்லை. பேஷ்வா இரண்டாம் பாஜிராவ் தான் இறப்பதற்கு முன்னர் எழுதிய மரணக் கடிதத்தில், 'பேஷ்வாவின் சகல அதிகாரங்களும் சொத்துகளும் அவரது தத்துப் பிள்ளையான நானா சாஹிபுக்குக் கிடைக்கவேண்டும்' என்று குறிப்பிட்டிருந்தார். அதனை அடியொற்றி, நானா கிழக்கிந்திய கம்பெனிக்கு ஒரு மகஜர் அனுப்பினார். அதில், 'மகாராஷ்ட்ரா ராஜ்ஜியத்தின் விலையாக, ஆண்டுக்கு எட்டுலட்ச ரூபாய் மானியமாக வழங்கவேண்டும் என்பது உடன்படிக்கை. பேஷ்வா இரண்டாம் பாஜிராவ் இறந்ததால் நீங்கள் மானியத்தை நிறுத்தக்கூடாது. ராஜ்ஜியம் உங்கள் வசம் இருக்கும்வரை வழங்கவேண்டும். மானியத்தொகையை நாங்கள் செலவுசெய்யலாம் அல்லது சேமிக்கலாம். அதுபற்றிக் கேட்க தங்களுக்கு உரிமையில்லை. 'பேஷ்வா இரண்டாம் பாஜிராவால் அங்கீகரிக்கப்பட்ட வாரிசு, நானாவாகிய நான்தான்' என்று பலவாறு குறிப்பிட்டிருந்தார்.

நானா இந்த மகஜரையே அடிப்படையாகக் கொண்டு இங்கிலாந்து நீதிமன்றத்தில் வழக்குத் தொடுக்கத் திட்டமிட்டார். தமக்கு நம்பிக்கைக்குரியவர்களுள் யாரைத் தன் சார்பாளராக இங்கிலாந்துக்கு அனுப்பலாம் என்று சிந்தித்தார். அவர் மனத்தில் நின்ற நம்பிக்கைக்குரிய ஒரே பெயர் அஸிமுல்லாகான்.

அஸிமுல்லாகான்

மிக எளிய குடும்பத்தில் பிறந்தவர் அஸிமுல்லாகான். அவர் ஓர் ஆங்கிலேயரின் வீட்டில் எடுபிடி வேலை செய்துவந்தார். அங்கிருந்து அவர் கற்ற மிகப்பெரிய சொத்து ஆங்கில அறிவு. அதுமட்டுமல்ல பிரெஞ்சு மொழியையும் கற்றுக்கொண்டார். பின்னர் கான்பூரில் உள்ள ஒரு பள்ளிக்கூடத்தில் சேர்ந்து பயின்றார். தன்னுடைய அதித அறிவாற்றலால் அதே பள்ளியில் ஆசிரியரானார். இவரது திறமையைக் கேள்வியுற்ற நானா சாஹிப் பிரம்மவர்த்தத்திற்கு அழைத்தார். நானாவின் அரசவையில் அஸிமுல்லாகானின் ஆலோசனைகள் மிகுந்த வரவேற்பைப் பெற்றன. பின்னாளில் அவர் நானாவின் நம்பிக்கைக்குரியவரானார். அவரது அமைச்சர்களுள் ஒருவரானார். அவரின் ஆலோசனையின்றி நானா எதையும் செய்யமாட்டார் என்ற அளவுக்கு அஸிமுல்லாகானின் செல்வாக்குப் பெருகியது.

நீதியற்ற நீதி

நானாவின் சார்பாளராக அஸிமுல்லாகான் இங்கிலாந்துக்குச் சென்றார். சில காலம் அங்கேயே தங்கியிருந்து கிழக்கிந்திய கம்பெனியாரின் உடன்படிக்கை மீறல் குறித்த வழக்கினை இங்கிலாந்து நீதிமன்றத்தில் தொடுத்தார். அங்கு அவருக்கு ஸதாரா நாட்டைச் சார்ந்த ரங்க பாபுஜியின் நட்புறவு கிடைத்தது. ரங்க பாபுஜி தன் நாட்டு உரிமையைப் பெறுவதற்காக இங்கிலாந்து நீதிமன்றத்தில் விண்ணப்பம் கொடுத்திருந்தார். அவருக்கும் இதே சிக்கல்தான்.

நானாவின் வழக்கை விசாரித்த இங்கிலாந்து நீதிமன்றம், 'பாஜிராவின் தத்துப் பிள்ளை நானாவுக்கு மானியம் பெற உரிமையில்லை' என்ற நீதியற்ற நீதியை வழங்கியது. இனி நீதியின் பாதையில் வெற்றி கிடைக்காது, உரிமையை வன்முறையால்தான் பெற முடியும் என்று தீர்மானித்தார் அஸிமுல்லாகான். பின்னர் இந்தியா திரும்பினார்.

ஜான்சி ராணி லக்ஷ்மி பாய்

ஜான்சியின் மகாராஜாவான கங்காதரராவ் பாபா சாஹிப்புக்கு மனைவியான லக்ஷ்மி பாய் மிகுந்த மதிப்புடன் வாழ்ந்தார். இத்தம்பதியருக்குக் குழந்தை இல்லை. இந்நிலையில் கங்காதரராவ் இறந்துவிட்டார். லக்ஷ்மி பாய், தாமோதரன் என்ற குழந்தையைத் தத்தெடுத்துக்கொண்டார்.

பாரீஸனீஸ் என்பவர் லக்ஷ்மி பாயின் அன்றாட வாழ்க்கை பற்றி விரிவாக எழுதியுள்ளார்.

> 'ஜான்சி ராணி லக்ஷ்மி பாய் காலை ஐந்து மணிக்கு எழுவார். நீராடி வெள்ளுடை அணிந்துகொண்டு பிரார்த்தனை செய்வார். பின்னர் துளசி மாடத்திற்குப் பூஜை நடக்கும். அதன் பின்னர் பார்வதி பூஜை. அப்போது தர்பார் சங்கீத வித்வான்கள் கோஷ்டிகானம் செய்வார்கள். பிறகு சர்தார்களும் ஏனைய அரசாங்க உத்தியோகஸ்தர்களுமாக 750பேர் அவருக்கு மரியாதை செலுத்த வருவார்கள். அவர்கள் ராணி சாகிப்பிடமிருந்து (லக்ஷ்மி பாய்) பிரதி மரியாதையையும் பெறுவார்கள். ஒருவர் வராவிடினும் மறுநாள், அவரைக் கண்டு முதல் நாள் வராதது பற்றி காரணம் கேட்க அவர் தவறுவதில்லை. அத்தகைய அபார ஞாபக சக்தியுடையவர். எல்லாம் சரிவர முடித்த பின்னரே சாப்பிடச் செல்வார்.
>
> 'மாலை மூன்றுமணிக்கு தர்பாருக்கு வருவார். அப்போது அவர் இடுப்பில் ஒரு ரத்தினவாள் தொங்கிக் கொண்டிருக்கும்.

கணவர் இறந்தபின் சில குறிப்பிட்ட ஆபரணங்களை அவர் அணிவதில்லை. எப்போதும் ஆண் உடை தரித்தே தர்பாருக்கு வருவார். சில சமயங்களில் பெண் உடையுடனும் வருவதுண்டு. எனினும் தர்பாரிலுள்ளவர்கள் அவரைப் பார்க்க முடியாது. ஏனெனில் தர்பார் மண்டபத்தையடுத்த தனியறையில் அமர்ந்திருப்பார். அங்கே தங்க ஜரிகையிலான திரை ஒன்று தொங்கும். வாசற்படியில் இரு காவலாளிகள் உருவிய கத்தியுடன் நிற்பர். அவருக்கு அருகில் லக்ஷ்மணராவ் திவான்ஜி முக்கிய தஸ்தாவேஜ்களுடன் நின்றுகொண்டிருக்க, ஏனையோர் சற்று தள்ளி வீற்றிருப்பர். அவருடைய உத்தரவுகள் எல்லாம் உடனுக்குடன் முடிவு செய்யப்பட்டுத் தெளிவாகவும் திட்டமாகவும் இருக்கும். சில சமயங்களில் ராணி சாகிப் தானே உத்தரவுகளை எழுதுவதும் உண்டு. சிவில், கிரிமினல் வழக்குகளைத் தானே விசாரித்து நடுநிலையான தீர்ப்பை வழங்குவார்.

‘பிரதி வாரம் வெள்ளி, செவ்வாய்க் கிழமைகளில் லக்ஷ்மி கோவிலுக்குச் சென்று வழிபட்டு வருவார். அந்த ஊர்வலம் கண்கொள்ளாக் காட்சியாக இருக்கும். போரில் காயம் அடைந்த சிப்பாய்களை நேரில் சென்று பார்த்து, முதுகில் தட்டிக்கொடுத்து ஆறுதல் கூறுவார். அன்பும் ஆறுதலும் நிறைந்த அவர் வார்த்தைகளைக் கேட்டு அவர்கள் உற்சாகம் பெறுவார்கள்.’

இப்படியாக வாழ்ந்துகொண்டிருந்த லக்ஷ்மி பாயின் ஜான்சி நாட்டை எப்படியாவது பறித்துக்கொள்ள கிழக்கிந்திய கம்பெனி திட்டமிட்டது.

அவத் நாட்டின் அரசி பேஹம் ஹஸரத் மஹல்

தற்போது உத்தரப் பிரதேசத்தின் தலைநகரான லக்னோ அப்போது அவத் எனும் ராஜ்ஜியத்தின் தலைநகரமாக இருந்தது. அவத்தின் 12 பிராந்தியங்களில் ஒன்று பைசாபாத். டெல்லி முகலாயப் பேரரசின் வீழ்ச்சிக்குப் பின்னர், பொ.யு. 1720ம் ஆண்டு பைசாபாத் தனிநாடாகியது. ஆனாலும், டெல்லி முகலாயப் பேரரசுடன் இணைந்திருந்தது. அவத்தின் தலைநகராக மாறியது.

வங்காளத்தில் குடியமர்ந்திருந்த கிழக்கிந்திய கம்பெனியார் பல்வேறு ஒப்பந்தங்கள் மூலம் அவத் மன்னர்களுடன் நெருங்கிய உறவு கொண்டனர். வர்த்தக உறவு என்ற பெயரில் நாடுபிடிக்கும் சதியில் இறங்கினர்.

மன்னன் வாஜித் அலிகானின் ஆட்சி சீர்குலைந்து போனதால் ஆட்சியைத் தாங்கள் ஏற்றுக் கொள்வதாக அறிவித்தனர். வாஜித்

அலிகானின் மனைவிதான் பேஹம் ஹஸரத் மஹல். 'அவத்தின் ராணி' என்று மக்களால் அன்போடு அழைக்கப்பட்ட ஹஸரத் மஹல், 1820ம் ஆண்டு ஃபைசாபாத் நகரில் பிறந்தார். அவத் என்பது தற்போதைய அயோத்தி மற்றும் அதன் சுற்றுவட்டாரப் பகுதியை உள்ளடக்கிய பிரதேசமாகும்.

1856ம் ஆண்டு கிழக்கிந்திய கம்பெனி, அவத் பிரதேசத்தைத் தனது ஆட்சி அதிகாரத்தின் கீழ் எடுத்துக்கொண்டது. அதோடு அவத் ராஜ்ஜியத்தின் நவாப்பும், ஹஸரத் மஹலின் கணவருமான வாஜித் அலிகானை கல்கத்தாவிற்கு நாடு கடத்தியது. பின்னர் 1857 முதல் 1858 வரை நடைபெற்ற முதல் இந்திய சுதந்திரப் போரில், ஹஸரத் மஹல், பெரும் கிளர்ச்சிப் படையை அமைத்துப் போர்புரிந்தார்.

1856ம் ஆண்டு மன்னன் வாஜித் அலிகான் பட்டத்தை இழந்தார். கல்கத்தாவில் சிறைவைக்கப்பட்டார். தலைநகர் லக்னோவிலிருந்த பிரிட்டிஷ் கமிஷனர் சர் ஹென்றி லாரன்ஸ் கைக்கு அதிகாரம் மாறியது. பேஹம் ஹஸரத் மஹல் தன்னுடைய பத்து வயது மகனை மன்னனாக்கித் தானே காப்பாளராகப் பொறுப்பேற்றுக் கொண்டார்.

'இந்த பேஹம் பெரும் ஆற்றலையும், திறமையையும் காட்டுகிறாள்; பிரிட்டிஷாருக்கு எதிராகச் சாகும்வரை போராட்டம் என அறிவிக்கிறாள்; பிரிட்டிஷ் அரசு என்ன செய்யப் போகிறது? இவர்களைக் கலகக் கும்பலாகக் கருதப் போகிறதா, மரியாதைக்குரிய எதிரிகளாக நடத்தப் போகிறதா?' என்று பேஹம் ஹஸரத் மகஹலின் திறமையை வியந்து அன்றைய பிரிட்டிஷ் 'டைம்' பத்திரிகையின் போர்முனைச் செய்தியாளர் ரஸ்ஸல் எழுதியுள்ளார்.

இப்படைதான் அக்கால கட்டத்தில் திரட்டப்பட்ட மிகப்பெரிய கிளர்ச்சிப் படை. லக்னோவில், ஹஸரத் மஹல் திரட்டிய கிளர்ச்சிப்படையின் வீரத்திற்கு முன்னே கிழக்கிந்திய கம்பெனியின் சேனை புறமுதுகிட்டு ஓடியது. அங்கு ஆட்சியைக் கைப்பற்றிய பேஹம் ஹஸரத் மஹல், 05.06.1857ம் நாள் தன் 11 வயது மகன் பிர்ஜிஸ் காதர்க்கு முடி சூட்டினார்.

ஹஸரத் மஹலின் வெற்றியைத் தொடர்ந்து, கிழக்கிந்திய கம்பெனி அவருடன் பேரம் பேசியது. பெரும் அளவிலான பொருளும் செல்வமும், பிரிட்டிஷ் கிழக்கிந்திய கம்பெனியின் கீழ் ஒரு பகுதி ராஜ்ஜியம், அவரது கணவருக்கு விதிக்கப்பட்ட நாடு கடத்தல் தண்டனையை ரத்து செய்வது எனப் பல விதங்களில் ஆசை காட்டியது. ஆனால், அதனை எல்லாம் புறந்தள்ளிவிட்டு, கிழக்கிந்திய கம்பெனியுடன் மோதத் தயாரானார். 10 மாதங்கள்

தனது மகனின் மூலம் ஆட்சி அமைத்த பேஹம் ஹஸரத் மஹல்மீது பெரும்படை திரட்டிவந்து போர் தொடுத்தது கிழக்கிந்திய கம்பெனி.

ஹஸரத் மஹல் எவ்வித சமரசமுமின்றிக் களத்தில் இருந்து போராடினார். பிரிட்டிஷ் திரட்டி வந்த பெரும்படையால் கிளர்ச்சிப்படை சிதறடிக்கப்பட்ட பின்னர், ஹஸரத் மஹல் தனது 11 வயது மகனுடன் நேபாளத்தின் இமயமலைக் காடுகளில் தஞ்சம் புகுந்து, தனது மீதமுள்ள வாழ்க்கையைக் கழித்தார்.

ஹஸரத் மஹலைப் பற்றி, 'இந்தியப் புரட்சி பற்றிய எனது குறிப்பேடு' என்னும் நூலில் வில்லியம் ஹோவர்ட் ரசல் குறிப்பிடுகையில், 'பேஹம் ஹஸரத் மஹல், பெரும் திறனையும் சக்தியையும் காட்டினார். முடிவுறாத போரை அவர் எங்கள் மீது தொடுத்தார்' எனப் பதிவு செய்திருக்கிறார். ஹஸரத் மஹல் – அயோத்தியின் வரலாற்றில் மறைக்கப்பட்ட வீராங்கனை.

உடாதேவி

உடாதேவி லக்னோ அருகில் உள்ள உஜ்ரியான் கிராமத்தைச் சேர்ந்தவர். இவர் பாசி என்னும் தாழ்த்தப்பட்ட சமூகத்தைச் சேர்ந்தவர். இவரது கணவர் மக்கா பாசி ஹஸரத் மஹல் படையில் ஒரு போர் வீரராக இருந்தார்.

உடாதேவியும் அடிப்படையில் வீரம் மிக்கவராக விளங்கினார். ஹஸரத் மஹலின் படைப்பிரிவுக்குப் பெண்களைக் கொண்ட ஒரு படைப் பிரிவை உருவாக்கி அதற்குத் தலைமை தாங்கினார். 1857 நவம்பரில் நடைபெற்ற சிக்கந்தர் பாக் போரில் மிகப்பெரிய அளவில் பிரிட்டிஷ் அணியைச் சிதறடித்துள்ளார்.

முன்னேறி வந்த பிரிட்டிஷ் படையை விரட்டியடிக்க ஒரு உயரமான மரத்தில் அமர்ந்து கொண்டு துப்பாக்கியால் சுட்டு, பிரிட்டிஷ் படைக்கு இழப்பை ஏற்படுத்தியிருக்கிறார். சுமார் 20 முதல் 30 வரையிலான பிரிட்டிஷ் படையினரைச் சுட்டுக் கொன்றிருக்கிறார். இறுதியில் அவரைத் துப்பாக்கியால் சுட்டுக் கொன்றான் ஒரு பிரிட்டிஷ் சிப்பாய்.

மஹாபிரிதேவி

உத்தரப்பிரதேசத்தின் முசாபர்நகர் பகுதியைச் சேர்ந்த முண்ட்பர் என்ற கிராமத்தைச் சேர்ந்த, தாழ்த்தப்பட்ட சமூகத்தைச் சேர்ந்த மஹாபிரிதேவியின் பங்கு மிகவும் முக்கியமானது.

1857 கிழக்கிந்திய கம்பெனிக்கு எதிரான முதல் சுதந்திரப் போர் தொடங்கியபோது, 22 பெண்களைக் கொண்டு படைதிரட்டி, பிரிட்டிஷ் துருப்புகளின்மீது கடுமையான தாக்குதலைத்

தொடுத்தார். அதனால் பிரிட்டிஷ் துருப்புகள் இழப்பைச் சந்தித்தன. இப்பெண்கள் அனைவரையும் பிடித்துக் கொன்றது கிழக்கிந்திய கம்பெனி.

அஸிசுன் பாய்

கான்பூரில் நானா சாகிப்பும் தாந்தியா தோபேவும் சேர்ந்து பிரிட்டிஷ் துருப்புகளை எதிர்த்து 1857ம் ஆண்டு கடுமையாகப் போர்புரிந்து கொண்டிருந்த நேரத்தில் நானா சாகிப்பின் அந்தப்புரத்திலிருந்த பெண்தான் அஸிசுன் பாய்.

இவர் சிப்பாய்ப் புரட்சியில் ஈடுபட்டவர்களை ஒருங்கிணைத்து அவர்கள் சந்திப்பதற்குத் தனது வீட்டை ஏற்பாடு செய்து கொடுத்திருக்கிறார். அத்தோடு பெண்களை ஒருங்கிணைத்துப் போரில் காயமடைந்த சிப்பாய்களுக்கு மருத்துவ உதவிகள் செய்துள்ளார். பல்வேறு பகுதிகளுக்கு ஆயுதங்கள் விநியோகிக்கும் பணியையும் இப்பெண்கள் முன்னெடுத்துச் செய்துள்ளனர். அஸிசுன் பாயும் தமது கைகளில் துப்பாக்கி ஏந்தி பிரிட்டிஷ் படைகளுக்கு எதிராகப் போரிட்டார்.

ஆஷா தேவி, பக்தவரி, பகவதி தேவி தியாகி, இந்திரா கவுர், ஜமீலா கான், மான் கவுர், ரஹிமி, ராஜ் கவுர், ஷோபா தேவி, உம்டா ஆகியோர் 1857 போரில் தமது இன்னுயிரை ஈந்த நூற்றுக்கணக்கான பெண்களில் சிலர் ஆவர்.

அஷ்கரி பேஹம்

அஷ்கரி பேஹம் என்னும் பெண் தனது 45வது வயதில் இப்போரில் பங்கேற்று பிரிட்டிஷ் படையால் சிறை பிடிக்கப்பட்டு உயிரோடு கொளுத்தப்பட்டார். அவரைத் தவிர மற்ற அனைத்துப் பெண்களும் தங்களது 20 – 30வது வயதுகளில் இப்போரில் கலந்து கொண்டு, அவ்வயதிலேயே, பிரிட்டிஷ் படையை எதிர்த்துப் போரிட்டு அப்படைகளால் தூக்கிலிடப்பட்டோ, உயிரோடு எரிக்கப்பட்டோ கொல்லப்பட்டனர்.

இவர்களைத் தவிர வேறு இரண்டு அரசிகளும் 1857 முதல்சுதந்திரப் போரில் பங்கெடுத்துக் கொண்டனர். ராஜ்கர் பகுதியை ஆண்டுவந்த ராணி அவந்திபாய் லோதி மற்றும் தார்ப் பகுதியை ஆண்டுவந்த ராணி திரௌபதி ஆகியோர் இப்போரில் பங்குகொண்டனர்.

அரசாட்சியில் இருந்து ஒதுக்கி வைக்கப்பட்டிருக்கும் சூழலிலும் தனக்கான எந்த ஒரு தனிப்பட்ட லாபமும் இல்லாவிடினும், தமது மண்ணை அந்நியனிடமிருந்து காக்கவேண்டும் என்ற உணர்விலிருந்து அவர்கள் எதிர்த்திருக்கின்றனர்.

தாந்தியா தோபே

பிரம்மவர்த்த அரண்மனையில் குற்றேவல் செய்துவந்த ஒரு பிராமணரின் மகன் ராமச்சந்திர பாண்டுரங்க ஹவ்லேகார். அவரே பின்னாளில் தாந்தியா தோபே என அழைக்கப்பட்டார். இவர் அந்த அரண்மனையில் குமாஸ்தாவாகப் பணியாற்றினார். பின்னர் மெய்க்காப்பாளராக மாறினார். பேச்சுத் திறமை, அறிவு, துணிவு, வீரம் இவற்றால் பிரம்மவர்த்தத்தின் தளபதியாக வளர்ந்தார்.

பின்னாளில் புரட்சிப்படைத் தலைவர்களில் முதன்மையானவராகவும் திகழ்ந்தார். மௌல்வி அகமது ஷாவைப் போலவே வடஇந்தியா முழுவதும் சுற்றிவந்து புரட்சிப் படைக்கு ஆள் திரட்டினார். சமஸ்தான மன்னர்கள் பிரிட்டிஷாருக்கு ஆதரவாக இருக்கும்போது, அவர்களின் படைவீரர்களைத் தன் பேச்சுத்திறமையால் தன்பக்கம் இழுத்து, புரட்சிப் படைக்கு ஆள் சேர்ப்பதில் வல்லவர் இவர். இவர் நானா சாஹிப்பின் தோழர்.

மௌல்வி அகமது ஷா

அயோத்தியில் நவாப் ஆட்சிக்குட்பட்ட பல தாலுகாக்களுள் ஒன்று பைஜாபாத். அதன் அதிபர் மௌல்வி அகமது ஷா. மந்திராலோசனை சபையில் இவர் சொல்தான் எடுபடும். போர்க்களத்தில் இவரது வாள்தான் முதலில் உயிரைக் குடிக்கும். அந்த அளவிற்கு எதிலும் முன்னிற்கும் பெருமைக்குரியவர். அயோத்தியின் தலைநகரான 'லக்ஷ்மணபுரியின் அரியணையைப் பாதுகாத்து வந்தார்' என்ற பெருமை இவருக்குண்டு.

அயோத்தியை பிரிட்டிஷார் அபகரித்துக் கொண்டதால் நஷ்மடைந்த தாலுகாதாரர்களுள் இவரும் ஒருவர். பிரிட்டிஷாரை இந்தியாவிலிருந்து முழுவதுமாக விரட்டவேண்டும் என்று முனைப்புடன் செயல்பட்டவர். அதற்காகப் புரட்சிப்படையினை உருவாக்கவும் அதற்கு வீரர்களை வட இந்தியா முழுவதிலுமிருந்து திரட்டவும் அரும்பாடுபட்டார்.

பீகார் நிலச்சுவான்தார் குன்வர் சிங், அலி நக்ஹி கான் பற்றி நாம் அறிந்துகொள்ள வேண்டுமானால் புரட்சிப் படையினரோடு நாமும் பயணித்தாக வேண்டும்.

மகாராஷ்ட்ரா பேஷ்வா நானா தூந்த் பந்த் என்ற 'நானா சாஹிப்', ஜான்சி நாட்டின் ராணி லக்ஷ்மி பாய், அவத் நாட்டின் அரசி பேஹம் ஹஸரத் மஹல் ஆகிய மூவருக்கும் 'தன் நாட்டில் தனக்கு உரிமையில்லையா' என்ற ஒரேவிதமான சிக்கல்தான்

இருந்தது. அந்தச் சிக்கலை அந்த மூவருக்கும் ஏற்படுத்தியவர்கள் கிழக்கிந்திய கம்பெனியினர். ஆக, மூவருக்கும் ஒரே எதிரிதான். ஆதலால், மூவரும் இணைந்து செயல்பட நினைத்தனர்.

புரட்சிப்படையை உருவாக்கினர். ஒரே நாளில் வட இந்தியா முழுவதிலும் உள்ள பிரிட்டிஷாரை தாக்கத் திட்டமிட்டனர். அதற்கு நாள் குறித்தனர்.

5. ரகசியத் திட்டங்கள்

புரட்சிக்குத் திட்டமிட்டதுடன், அதற்குத் தலைமை தாங்கியவர் நானா சாஹிப். வட இந்தியா முழுவதிலும் பிரிட்டிஷாரை ஒழிக்கப் படைவீரர்களின் ஆதரவையும் மக்களின் ஆதரவையும் பெற வேண்டியதன் தேவையை அவர் உணர்ந்திருந்தார். ஆனால், இந்த ஆதரவை வெளிப்படையாகத் திரட்டுவது முடியாத காரியம். ஆதரவு மிக ரகசியமாகவே திரட்டப்படவேண்டும். அது எப்படி?

நானா சாஹிப்பின் வீரர்களும் அவர்மீது மதிப்பும் அன்பும் கொண்ட கனவான்களும் சந்நியாசிகள், பக்கிரிகள், மதபோதகர்கள், யாத்ரிகர்கள், சாமியார்கள், வியாபாரிகள் மற்றும் பிச்சைக்காரர்கள் வேடத்தில் மக்களைச் சந்தித்துப் புரட்சியின் தேவையையும் புரட்சித்திட்டம் பற்றியும் விவரித்தனர்.

இவர்களோடு பண்டிதர்களும் மௌல்விகளும் இணைந்துகொண்டு ராணுவ முகாம்களில் உள்ள இந்து மற்றும் முகமதிய வீரர்களிடம் தேசப்பற்று பற்றி ரகசியமாகப் பிரசாரம் செய்தனர். இவர்கள் மதம் சார்ந்தவர்கள் என்பதால் பிரிட்டிஷாருக்கு சந்தேகம் வரவில்லை. அதுமட்டுமல்ல, மத உபதேசம் செய்வதற்காக முகாம்களில் உள்ள ஒவ்வொரு படைப்பிரிவுக்கும் ஒரு முல்லாவும் ஒரு பண்டிதரும் பிரிட்டிஷாரால் அனுமதிக்கப்பட்டிருந்தனர்.

வட இந்தியாவிலிருந்த பிற ராஜ்ஜியங்களுக்கு நானா சாஹிப் கடிதங்களின் வழியாகப் புரட்சித் திட்டத்தை ரகசியமாக அனுப்பிவைத்தார். தென்னிந்திய ராஜ்ஜியங்களுக்கு நம்பகமான தூதுவர்களை அனுப்பினார். பல நாட்களுக்குப் பின்னர் நானா சாஹிப்பின் ரகசியத் தூதுவரை பிரிட்டிஷார், மைசூர் தர்பாரில் மடக்கிப் பிடித்தனர்.

அத்தூதுவர் பிரிட்டிஷாருக்குப் பின்வருமாறு வாக்குமூலம் அளித்தார்.

> 'அயோத்தியை ஆங்கிலேயர்கள் அபகரிப்பதற்கு இரண்டு அல்லது மூன்று மாதங்களுக்கு முன், ஸ்ரீஜத் நானா சாஹிப் பல சமஸ்தானங்களுக்கும் கடிதங்கள் அனுப்ப ஆரம்பித்தார். ஆனால், அவரது நோக்கம் வெற்றிபெறும் என்ற நம்பிக்கை யாருக்கும் இல்லாததால், முதலில் ஒருவரும் அவர் கடிதங்களுக்குப் பதில் அளிக்கவில்லை. பின்னர் அயோத்தியையும் ஆங்கிலேயர்கள் கைப்பற்றவே, நானா பல இடங்களுக்கும் சரமாரியாகக் கடிதங்களை அனுப்பிவைத்தார். அதன் பயனாக, நானாவின் கருத்துகளுக்குத் தகுந்த ஆதாரம் இருக்கிறது என்பதை லக்ஷ்மணபுரி அரசாங்கம் உணர்ந்துகொள்ள முற்பட்டது. ராஜா மான்சிங் போன்ற பிரமுகர்களும் நானாவின் அபிப்பிராயத்தை அங்கீகரித்தனர். பிறகு, சிப்பாய்களும் கட்டுக்கோப்பான முறையில், தங்களைப் பலப்படுத்திக்கொள்ளத் தொடங்கினர். அவர்களுக்கு லக்ஷ்மணபுரி அரசாங்கமும் உதவியளிக்க முன்வந்தது. அயோத்தியை ஆங்கிலேயர்கள் கைப்பற்றும் வரையில் நானாவின் கடிதங்களுக்கு எவ்வித பதிலும் கிடைக்கவில்லை. ஆனால், அவர்கள் அயோத்தியைக் கைப்பற்றியதும் நூற்றுக்கணக்கானவர்கள் நானாவின் கடிதங்களுக்கு அந்தரங்கமாகப் பதிலளித்தனர். தோட்டாக்களில் பசு, பன்றிகளின் கொழுப்பைத் தடவிய சம்பவமும் பின்னர் நிகழ்ந்ததால், ஆங்கிலேயர்கள் மீது ஜனங்களுக்கு அடக்க முடியாத ஆத்திரமும் வெறுப்பும் ஏற்பட்டன. அதிலிருந்து பல இடங்களிலிருந்தும் நானாவுக்குக் கடிதங்கள் வந்து குவிய ஆரம்பித்தன.'

இப்படித்தான் நானா சாஹிப் தன்னுடைய புரட்சித் திட்டத்திற்கு மன்னர்களின் ஆதரவையும் மக்களின் ஒத்துழைப்பையும் பெற்றார்.

இந்நிலையில் பிரிட்டிஷார் பாரசீகத்துடன் போர் நடத்திக் கொண்டிருந்ததால், பாரசீக மன்னர் ஷா இந்தியாவில் பிரிட்டிஷ் எதிர்ப்பு பரவுவதைக் கணித்து, டெல்லி சக்கரவர்த்திக்குக்

கடிதங்களை அனுப்பினார். இந்தியாவில் பிரிட்டிஷ் எதிர்ப்பு மேலோங்கினால் அது பாரசீகத்திற்கு வலிமைசேர்க்கும் என்று ஷா கருதினார். டெல்லியிலிருந்து பாரசீகத்திற்கு அந்தரங்கத் தூதர் அனுப்பப்பட்டார்.

இந்திய விடுதலைக்குப் பாரசீகம் உதவக்கூடும் என்ற நம்பிக்கையில், மக்களிடம் விடுதலை உணர்வைத் தூண்டும் வகையில் டெல்லி சுவர்களில்,

> 'பாரசீகப் படைகள் பறங்கிகளின் (பிரிட்டிஷார்) கையிலிருந்து இந்தியாவை விடுவிக்கப் போகின்றன. ஆகையால், இளைஞர்கள்–வயோதிகர்கள், பெரியோர்–சிறியோர், படித்தவர்–பாமரர், சிப்பாய்கள்–சாதாரண ஜனங்கள் என எல்லோரும் நம் நாட்டை விடுவிப்பதற்காகப் போர்க்களத்தில் குதிக்க வேண்டும்'

என எழுதப்பட்டது. இவற்றை எழுதியது யார் என்பதை பிரிட்டிஷாரால் கண்டுபிடிக்க முடியவில்லை.

மக்கள் கூடும் இடங்களான மசூதிகள், கோவில்கள், கேளிக்கை அரங்குகள், கூத்தரங்குகள், பொதுமன்றங்கள் போன்ற பல இடங்களிலும் விடுதலையுணர்ச்சி சார்ந்த பிரசாரங்கள் ரகசியமாக நடத்தப்பட்டன. இதன் தாக்கம் இந்தியா முழுவதிலும் பரவியது. சென்னையில் பல சுவர்களில் பின்வருமாறு பிரகடனங்கள் எழுதப் பெற்றன.

> 'தேசத்தின் சகோதர – சகோதரிகளே, மத பக்தர்களே, எழுங்கள்! எல்லோரும் எழுங்கள்! நம் நாட்டின் பகைவர்களும் நமது மதத் துரோகிகளுமான பறங்கியர்களை விரட்டியடிக்க வீறுகொண்டு எழுங்கள்! நீதியையும் தர்மத்தையும் கால்களில் மிதித்து நசுக்கிவிட்டார்கள். சுயராஜ்யம் என்ற நமது விலையில்லாப் பொக்கிஷத்தைக் கொள்ளையடித்துக் கொண்டுபோய் விட்டார்கள். நம் நாட்டை மண்ணோடு மண்ணாகச் செய்ய அவர்கள் உறுதி கொண்டுள்ளனர். அந்தக் கொடிய துரோகிகளிடமிருந்து இந்தியாவை விடுவிக்க ஒரே வழிதான் இருக்கிறது. கோரமான யுத்தத்தைத் தவிர வேறுவழி எதுவுமில்லை. இது சுதந்திர யுத்தம். நீதியை அடிப்படையாகக் கொண்ட மதப்போர். இந்த யுத்தத்தில் பலியாவோர்தாம் நம்நாட்டின் உண்மையான தியாகிகள். அவர்களுக்குத்தான் வீரசுவர்க்க வாசல் திறக்கும். தங்களுடைய தேசத்துக்குச் செய்யவேண்டிய கடமையிலிருந்து வழுவும் கோழைகளான துரோகிகள் கொடிய நரகத்தில் ஆழ்ந்து துடிப்பர் என்பதில் அணுவளவும் ஐயமில்லை. தேசத்தின் சகோதர – சகோதரிகளே! இந்தச் சந்தர்ப்பத்தில் நீங்கள் என்ன செய்யப் போகிறீர்கள்? இன்றே, இந்த க்ஷணத்திலேயே முடிவு செய்யுங்கள்!'

இந்தச் சூழலில் பாஞ்சாலம், மகாராஷ்டிரம், அம்பாலா போன்ற இடங்களில் அமைக்கப்பட்ட முகாம்களில் தங்கியிருந்த இந்திய வீரர்களுக்கு, அயோத்தி நவாபின் பெயரால் பராக்பூரிலிருந்து ஆயிரக்கணக்கில் கடிதங்கள் வந்தன. இந்தியச் சிப்பாய்களுக்கு அளவுக்கதிகமாகக் கடிதங்கள் வருவதைக் கண்டு, சந்தேகித்த பிரிட்டிஷ் அதிகாரி ஸர் ஜான் லாரென்ஸ் அவற்றைப் பிரித்துப் படிக்கத் தொடங்கினர். ஒரு கடிதத்தில் இப்படி எழுதப்பட்டிருந்தது.

> ‘சகோதரர்களே, அந்நியர்களின் கத்தியால் நாமே நம்முடைய உடலில் குத்திக் கொள்ளுகிறோம். நாம் எல்லோரும் ஒற்றுமையுடன் எழுவோமாயின் வெற்றி நிச்சயம். கல்கத்தாவிலிருந்து பெஷாவர் வரையில் நமது இஷ்டப்படி செல்லுவதை எவரும் தடுக்க முடியாது’.

புரட்சித் திட்டம்

நானா சாஹிப்பின் திட்டத்தின்படி, அனைவரும் அனைத்துப் பகுதியிலிருந்தும் புரட்சியை 31.5.1857ம் நாள் தொடங்கவேண்டும். அதற்காக ஒவ்வொரு படைப்பிரிவிலும் மூவர் கொண்ட குழு ஒன்று நியமிக்கப்பட்டது. புரட்சி சார்ந்த அனைத்து விஷயங்களையும் இக்குழுவினரே முடிவு செய்வார்கள். புரட்சிக்குரிய நாள் ஞாயிற்றுக்கிழமை என்பதால் பிரிட்டிஷ் அதிகாரிகளில் பலர் தேவாலயத்தில் இருப்பார்கள். அங்கு நுழைந்து தாக்குதல் நடத்தி அவர்களைக் கொல்லவேண்டும்.

பின்னர் அரசாங்கத்தைச் சார்ந்த கஜானாக்களைக் கொள்ளையிடவேண்டும். சிறைகளைத் தகர்த்து இந்தக் கைதிகளை விடுவிக்கவேண்டும். ஆயுதக் கிடங்குகளையும் ஆயுதச் சாலைகளையும் மருத்துவச் சாலைகளையும் கைப்பற்றவேண்டும். கோட்டைகளையும் மாளிகைகளையும் ஆக்கிரமிக்க வேண்டும். வட இந்தியாவின் எல்லா இடங்களிலும் புரட்சி மூண்ட பின்னர், இறுதியாகத்தான் மீரட் நகரில் புரட்சியைத் தொடங்கவேண்டும்.

காரணம், அங்கு இந்தியச் சிப்பாய்கள் அடங்கிய காலாட் படைப்பிரிவுகள் இரண்டும் குதிரைப் படைப்பிரிவு ஒன்றும் இருந்தன. பிரிட்டிஷ் வீரர்கள் மிகுதியாக இடம்பெற்றிருந்த துப்பாக்கிப் படைகளும் பீரங்கிப் படைகளும் அங்கு மிகுதி. ஆதலால், மீரட்டைக் கடைசியாகத்தான் கைவைக்க வேண்டும்.

நானா சாஹிப்பின் புரட்சித் திட்டத்தை அறிந்த சில இந்தியத் துரோகிகள், பிரிட்டிஷாருக்கு விசுவாசமாக நடந்துகொண்டு லாபமடைவதற்காக அவர்களிடம் ரகசியத் திட்டம் பற்றி சிறுகச் சிறுகக் கூறத் தொடங்கினர். உடனே, பிரிட்டிஷ் அதிகாரிகள், ‘எந்த

இந்தியச் சிப்பாய்கள்மீது சந்தேகம் வருகிறதோ அவர்கள் சார்ந்த படைப்பிரிவை உடனே கலைத்துவிடுங்கள்' என்று படைமுகாம் அதிகாரிகளுக்குக் கட்டளையிட்டனர்.

இது ஒரு வகையில் புரட்சிப் படையினருக்கு லாபமாகத்தான் இருந்தது. அதாவது, பிரிட்டிஷாரால் கலைக்கப்பட்ட படைப்பிரிவினர் உடனே புரட்சிப் படையினரோடு சேர்ந்துகொண்டனர். இதனால் புரட்சிப் படையினருக்கு படைபலம் கூடியது. புரட்சிப்படை, இந்தியாவில் இருந்த பிற சமஸ்தானங்களின் படை, மக்கள் படை என முத்தரப்புப் படையினரும் மே 31ம் தேதிக்காகக் காத்திருந்தனர்.

சிவப்பு ரோஜா – ஒரு குறியீடு

புரட்சிக்கான இறுதிக்கட்டப் பணிகள் நடைபெற்றுக் கொண்டிருந்தன. 'எல்லாம் தயாராகி விட்டது. எல்லோரும் ரத்தம் சிந்த ஆயத்தமாக இருங்கள்' என்ற செய்தியைத் தெரிவிப்பதற்காக, ஒரு தூதர், படைகள் இருக்கும் பகுதிக்குச் சென்றார். அவரிடம் ஒரு சிவப்பு ரோஜா இருந்தது. ஒவ்வொரு படைப்பிரிவுத் தலைவரிடமும் அந்தச் சிவப்பு ரோஜாவைக் கொடுப்பார். படைப்பிரிவுத் தலைவர் மற்ற வீரரிடம் அதைக் கொடுப்பார். இவ்வாறு அனைத்து வீரர்களிடமும் சென்ற அந்தச் சிவப்பு ரோஜா மீண்டும் அந்தத் தூதரிடம் வந்துசேரும். பின்னர் அந்தத் தூதர் அடுத்தப் படைப்பிரிவுத் தலைவரைச் சந்திக்கச் செல்வார். 'ரத்தத்தைக் கொடுக்கத் தயாராகுங்கள்!' என்ற கட்டளைக்குக் குறியீடாகத்தான் அந்தச் சிவப்பு ரோஜா ஒவ்வொரு வீரரின் கைகளுக்கும் சென்று திரும்பியது.

புரட்சித் தீயின் வலிமையை அறிய நானா சாஹிப்பும் அவரது சகோதரர் பாலா சாஹிபும் அஸிமுல்லாவும் இணைந்து டெல்லிக்குச் சென்றனர். பின்னர் அம்பாலா, லக்ஷ்மணபுரி, கால்பி ஆகிய இடங்களுக்குச் சென்றனர். ரகசியமாக அனைவரையும் புரட்சிக்காக ஒருங்கிணைத்தனர்.

இவ்விடங்களுக்குச் செல்லும்போது பல பிரிட்டிஷ் அதிகாரிகளையும் அவர்கள் சந்திக்க நேர்ந்தது. அப்போது அவர்களுக்கு உரிய மரியாதையை நானா சாஹிப் கொடுத்துவந்தார். எவ்வகையிலும் அவர்களின் சந்தேகத்திற்கு ஆட்படக்கூடாது என்பதிலும் மே 31ம் தேதி வரை பிரிட்டிஷ் எதிர்ப்பைக் காட்டக்கூடாது என்பதிலும் நானா சாஹிப் மிகுந்த கவனத்தோடு இருந்தார்.

ஆனால், மங்கள் பாண்டேதான் மார்ச் 29ம் தேதியே புரட்சியைத் தொடங்கி வைத்துவிட்டாரே! அதனால், குறித்த நாளுக்கு

முன்னதாக திடீரென புரட்சியை நடத்தவேண்டிய இக்கட்டான நிலைக்குப் புரட்சிப்படையினர் தள்ளப்பட்டனர்.

பிரிட்டிஷார், 34வது படைப்பிரிவின் சுபேதார் மீது ஒரு குற்றத்தைச் சுமத்தினர். இரவில் ரகசியக் கூட்டம் நடத்தியதாகக் கூறி அவருக்கு மரணதண்டனை விதித்தனர்.

அம்பாலாவிலிருந்த புரட்சிப் படையினர் புதிய திட்டத்தைக் கைக்கொண்டனர். அவர்கள் பிரிட்டிஷாரின் மாளிகைகளுக்கு ரகசியமாகத் தீ வைத்தனர். பிரிட்டிஷார் தங்கியிருந்த வீடுகள் இரவில் தீப்பிடித்து எரியத் தொடங்கின. தீ வைத்தவர்கள் யார் என்று பிரிட்டிஷாரால் கண்டுபிடிக்க முடியவில்லை. இத்தகைய செயல்கள் அம்பாலாவில் மட்டுமல்ல பிற இடங்களிலும் நடந்தேறின. உண்மையிலேயே இந்தப் புரட்சி, தீயாகவே பரவத் தொடங்கியது.

6. ஆயிரத்தில் ஒருவன்

பிரிட்டிஷ் அரசு வங்காளப் பகுதிகளில் உள்ள தமது ராணுவத்தில் சேர விரும்பும் சிப்பாய்களுக்குச் சில தகுதிகளை வரையறை செய்திருந்தது. அதில் முதற்தகுதி ஹிந்துஸ்தானி மொழியில் பேசத் தெரியவேண்டும் என்பதுதான். காரணம், அந்த மொழி தெரிந்தவர்களிடம் எளிதாகப் பேசி, கட்டளைகளை இட்டு, அவர்களைச் சிறப்பாக வேலை வாங்கலாம் என்பதே.

அந்தக் காலத்தில் கல்வி என்பதே பரம்பரை பரம்பரையாக ஒரே சமூகத்துக்குச் சொந்தமானதாக இருந்தது. அதனால் அந்தக் காலத்தில் ஹிந்துஸ்தானி மொழியை அறிந்தவர்கள் பெரும்பாலும் உயர்த்தப்பட்ட சமூகத்தைச் சேர்ந்தவர்களாகத்தான் இருந்தனர்.

அவர்கள் அனைவரிடமும் நிலம் இருந்தது. அவர்களின் மனைவிகளும் குழந்தைகளும் கிராமத்தில் வாழ்ந்தனர். அவர்கள் பிரிட்டிஷார் கொண்டுவந்த ஜமீன்தாரி முறை, கிராம வரி, ரயத்வாரி முறை போன்ற வழிமுறைகளால் நிலத்தைப் பறிகொடுத்து விட்டுப் பஞ்சத்தில் இருந்தனர்.

'ஜமீன்தாரி முறை' என்பது ஜமீன்தார்கள் நில உரிமையாளர்களாக அங்கீகரிக்கப்படுவது. இந்த முறை வங்காளம், பீகார், ஒரிசா மற்றும் வாரணாசி மாகாணங்களில் அறிமுகப்படுத்தப்பட்டது. விவசா யிகள் நிலவரியைப் பணமாக ஜமீன்தார்களிடம்

செலுத்தினர். ஜமீன்தார்களுக்கு 1/11 பங்கு இருந்தது. கிழக்கிந்திய கம்பெனி 10/11 பங்குகளை வைத்திருந்தது.

ஜமீன்தாரி முறையில் பயிரிடுபவர்களிடமிருந்து வரிவசூல் செய்த ஜமீன்தார்கள், அதில் ஒரு பகுதியைத் தாங்கள் வைத்துக்கொண்டு மீதியை அரசுக்குச் செலுத்தினர். அவர்கள் அரசுக்கும் பயிரிடுபவருக்கும் இடையே இடைத்தரகராகச் செயல்பட்டனர்.

'ரயத்வாரி' என்பது, பிரிட்டிஷ் – இந்தியாவில் விவசாய நிலங்களில் இருந்து வரிவசூல் செய்யும் இரு முறைகளில் ஒன்றாக இருந்தது. ரயத்வாரி முறையின்படி பிரிட்டிஷ் அரசு நிலத்தைப் பயிரிடுபவரிடம் இருந்து நேரடியாக வரிவசூல் செய்தது. 'ரயத்து' என்ற சொல்லுக்கு 'உழவர்' என்று பொருள்.

பயிரிடுபவர்களிடம் வரிவசூல் செய்து அரசுக்குச் செலுத்தும் இடைத்தரகர்கள் இம்முறையில் இருக்கவில்லை. ரயத்வாரி முறையில் பயிரிடுபவர்கள் நிலத் தீர்வையை நேரடியாக அரசுக்குச் செலுத்தினர். தனது நிலத்தை அவர் நினைத்தவாறு விற்கவோ அன்பளிப்பாகக் கொடுக்கவோ அடகு வைக்கவோ முடிந்தது.

விதிக்கப்படும் தீர்வையைத் தவறாமல் செலுத்தி வரும்வரை சட்டப்படி அரசால் அவரது நிலத்திலிருந்து வெளியேற்ற இயலாது. தான் பயிரிடும் நிலத்தின் அளவை நினைத்தபடி கூட்டவும் குறைக்கவும் உரிமை பெற்றிருந்தார். பஞ்ச காலங்களிலும் விளைச்சல் குறைவான காலங்களிலும் விளைச்சலுக்கு ஏற்ப நிலத்தீர்வை குறைத்துக் கொள்ளப்பட்டது. 1833 செயிண்ட் ஹெலினா சட்டப்படி ரயத்துவாரி நிலவரி வசூலிக்கும் முறை துவங்கியது.

வறுமையில் வாடிய உயர்த்தப்பட்ட சமூகத்தைச் சேர்ந்தவர்கள் தங்களிடமிருந்த ஹிந்துஸ்தானி மொழிப் புலமையால் பிரிட்டிஷ் ராணுவத்தில் எளிதாக இடம்பிடித்தனர். ஆக, வங்காளத்தில் பிரிட்டிஷ் ராணுவத்தில் சேர்ந்தவர்களுள் பலர் பிராமணர்களாகவே இருந்தனர்.

ஒட்டுமொத்தமாகவே அந்தப் பகுதியில் பொருளாதார வேறுபாடு மிகவும் கவலைக்கிடமான நிலையில் இருந்தது. ஒருவேளை சோற்றைக்கூட வயிறாரச் சாப்பிட முடியாத விவசாயக் குடும்பங்கள் ஏறத்தாழ 50 விழுக்காட்டினர் என்று அன்றைய நிலையைப் பற்றி வெளிப்படையாக எழுதினார் ஓர் ஆங்கில அதிகாரி.

இத்தகைய பொருளாதாரப் பின்னடைவுக்கு முக்கியக் காரணம் அபினையும் அவுரியையும் பயிரிடச் சொல்லி பிரிட்டிஷ் அரசு விவசாயிகளைக் கட்டாயப்படுத்தியதுதான். இந்தக்

கட்டுப்பாட்டுக்கு விவசாயிகள் அடிபணிந்து உணவு உற்பத்தியை முற்றிலுமாகக் கைவிட்டனர்.

இப்படிப்பட்ட கடுமையான பொருளாதாரப் பின்னடைவிலிருந்து தங்களை மேம்படுத்திக்கொள்ள ஒரே வழி ராணுவத்தில் சேர்வதுதான். அக்காலத்தில் ‘ராணுவப் பணி’ என்பது, மதிப்பு மிக்கது. நிரந்தர வருமானம் தரவல்லது. படையெடுப்பின்போது மட்டுமே சிக்கல்களைச் சந்திக்க நேரும். அதுமட்டுமல்ல ஒவ்வொரு படையெடுப்பின்போதும் கொள்ளையடிக்கப்படும் செல்வத்தில் பங்கு கிடைக்கும் என்றெல்லாம் இருந்தது.

ஒரே குடும்பத்தைச் சேர்ந்தவர்கள் தொடர்ந்து தன் தலைமுறையினரை ராணுவத்தில் சேர்க்கவே விரும்பினர். பிரிட்டிஷ் அதிகாரிகள் தங்களுக்குக் கீழ் பணிபுரியும் இந்தியச் சிப்பாய்களுடன் நெருக்கமாகவும் அன்பு காட்டியும் பழகினர். ஆதலால் இந்தியச் சிப்பாய்கள் பிரிட்டிஷ் அதிகாரியிடம் விசுவாசத்துடன் இருந்தனர்.

ஆனால், பிரிட்டிஷ் அதிகாரிகளின் மனைவிகள் தம் கணவர் இந்தியச் சிப்பாய்களிடம் நெருங்கிப் பழகுவதை விரும்பவில்லை. இதுகுறித்து, சீதாராம் பாண்டே என்ற இந்தியச் சிப்பாய் ஒருவர் எழுதிய நினைவுக் குறிப்புகளில் பின்வருமாறு ஒரு செய்தி குறிப்பிடப்பட்டுள்ளது.

> ‘முன்பெல்லாம் ஆஃபீஸர்கள் சிப்பாய்களுடன் சேர்ந்து நாட்டிய நிகழ்ச்சிகளில் பங்கு கொள்வார்கள். ஒன்றாக உட்கார்ந்து உணவருந்துவார்கள். வேட்டைக்குச் செல்வார்கள். விளையாடுவார்கள். இப்போது அருகிலேயே வருவதில்லை. எல்லாம் அவர்களின் மனைவிமார்கள், பாதிரியார்களின் போதனை’.

இந்தியச் சிப்பாய்க்கு மிகக்குறைந்த ஊதியமே வழங்கப்பட்டது. ஆனால், பிரிட்டிஷ் சிப்பாய்க்கு மிக அதிகமான ஊதியம் வழங்கப்பட்டது. இந்தியச் சிப்பாய்களுக்கு வழங்கப்பட்ட ஊதியம் ஏறத்தாழ 50 ஆண்டுகளாகியும் உயர்த்தப்படவே இல்லை. ஆனால், விலைவாசி இருமடங்காக உயர்ந்தது.

பதவி உயர்வு கிடைத்தால் ஊதியம் உயரும். ஆனால், இந்தியச் சிப்பாய் ஒருவர் சுபேதாராகப் பதவி உயர்வைப் பெற ஏறத்தாழ 20 ஆண்டுகள் பணியாற்றி இருக்கவேண்டும். காரணம், பதவி உயர்வு என்பது திறமையைப் பார்த்து வழங்கப்படாமல் அனுபவத்தைப் பார்த்து வழங்கப்பட்டதுதான்.

மதராஸ் (சென்னை மாகாணம்) படைப்பிரிவு அதிகாரியான ஜான் கிரேடோக் என்பவர், 'சிப்பாய்களின் புறத்தோற்றம் சாதி சமயக் குறிகளைக் கொண்டிருக்கக் கூடாது' என்று அறிவித்தார். அதன்படி, சந்தனம், விபூதி, குங்குமம், திருமண் போன்ற மத அடையாளச் சின்னங்களைச் சிப்பாய்கள் தங்கள் உடலில் இட்டுக் கொள்ளக் கூடாது என்று கட்டளையிடப்பட்டது.

கடுக்கண், காப்புகளைக் களையும்படி கூறப்பட்டது. முஸ்லிம் சிப்பாய்களின் தாடியை மழிக்கச் செய்தனர். தலைப்பாகை, குல்லா அணியத் தடை விதிக்கப்பட்டது. பிரிட்டிஷ் அரசு வழங்கும் படைக்களம் சார்ந்த தொப்பியைத்தான் அணியவேண்டும் என்று ஆணையிடப்பட்டது.

கிறிஸ்தவ மதத்தைச் சார்ந்த பிரிட்டிஷ் அதிகாரிகள் இந்து மற்றும் முஸ்லிம் மதத்தைச் சார்ந்த இந்தியச் சிப்பாய்களின் மத உணர்வுகளைச் சிறுமைப்படுத்தினர். இந்த ஆவேசமே 1806ம் ஆண்டு வேலூரில் சிப்பாய்கள் கலகம் செய்ய வழிவகுத்தது. இந்தக் கலகத்தை அடக்க பிரிட்டிஷ் அரசு மேற்கொண்ட நடவடிக்கைகளால் ஏறத்தாழ 800க்கும் மேற்பட்ட சிப்பாய்கள் இறக்க நேர்ந்தது.

1839ல் தொடங்கிய ஆப்கானியப் போர் இந்தியச் சிப்பாய்களை மதம் சார்ந்த மற்றுமொரு பெரிய நெருக்கடிக்கு ஆளாக்கியது. ஆப்கானியப் போரில் போர்க் கைதியாகப் பிடிபட்ட, ஹிந்துஸ்தானில் உயர்த்தப்பட்ட சாதியைச் சார்ந்த இந்துமதச் சிப்பாய்கள் காபூலில் அடைக்கப்பட்டனர். அவர்களை இஸ்லாம் மதத்துக்கு மாற்றினர். அங்கிருந்து தப்பித்தவர்கள் கந்தகார் பாலைவனத்தில் அலைந்து திரிந்தனர். முஸ்லிம்கள் வீட்டில் சாப்பிட்டனர். இதனால் அவர்கள் தங்களின் ஆசாரம் தவறிவிட்டதாகக் கருதி வருந்தினர். அவர்கள் தங்களின் சொந்த ஊருக்குத் திரும்பிய பின்னர், அவர்களின் சொந்தபந்தங்களும் ஊர்மக்களும் அவர்களை ஒதுக்கி வைத்தனர்.

1857ல் ஏற்பட்ட சிப்பாய்ப் புரட்சிக்கு அடித்தளமாக இருந்த காரணம் மதக் காழ்ப்புதான். பிரிட்டிஷ் கிழக்கிந்திய கம்பெனியில் பணியாற்றிய சிப்பாய்களுள் பெரும்பான்மையானவர்கள் ஹிந்து, முஸ்லிம், சீக்கியர்களாக இருந்தனர். வங்காளச் சிப்பாய்களில் பெரும்பான்மையாகப் பிராமணர்களும் ராஜபுத்திரர்களுமே இருந்தனர். இவர்கள் மதம் சார்ந்த, சாதி சார்ந்த ஆசார அனுஷ்டானங்களைத் துல்லியமாகப் பின்பற்றுபவர்கள்.

இந்தியர்களின் மதப்பற்று குறித்து ஹெர்பர்டு எட்வர்ட்ஸ் எழுதிய 'லைப் ஆஃப் சர் ஹென்றி லாரன்ஸ்' என்ற புத்தகத்தில்,

‘இந்தியர்களைப் பொறுத்தவரை மதம் என்பது உயிருக்கும் மேலானது. உயிரையே போக்கிக் கொண்டாலும் சரி, ஒருபோதும் தங்கள் மதத்தை விட்டுக்கொடுக்க மாட்டார்கள். ஹிந்துஸ்தானத்தில் காலூன்றிய பொழுதில் பிரிட்டிஷ்காரர்கள் இந்துமத ஆசார விவகாரங்களில் மிகுந்த சுதாரிப்பாகத்தான் இருந்தனர். இது ஒரு தேன்கூடு தேசம் என்பதைப் புரிந்து கொண்டதால் வந்த சுதாரிப்பு’ என்று குறிப்பிட்டுள்ளார்.

தொடக்க காலத்தில் ஐரோப்பாவிலிருந்து இந்தியாவுக்கு வர விரும்பிய பாதிரிகளைக்கூட, தங்களின் கப்பலில் ஏற்றாமல் தடுத்திருந்தது கிழக்கிந்திய கம்பெனி. காரணம், இந்தியர்கள் மத்தியில் மத மாற்றத்தில் ஈடுபடுவது வியாபார நலன்களுக்குத் தீங்கு என்பதே!

ஆனால் பிரிட்டிஷ் அரசு இந்தியாவில் வணிகத்தில் நன்றாகக் காலூன்றிய பின்னர், அது ஆட்சி அதிகாரத்தில் காலடி எடுத்து வைத்ததும் இந்தியாவில் கிறிஸ்தவ மதத்தைப் பரப்புவதன் வழியாக இந்தியாவில் பிரிட்டிஷ் அரசு பல தலைமுறையையும் தாண்டி வேரூன்றி இருக்கும் என்று நம்பினர். அதனைச் செயல்படுத்த விரும்பினர்.

ஆனால் அவர்கள் நேரடியாக மதமாற்ற முயற்சியில் ஈடுபடவில்லை. சுகாதாரமற்ற இந்தியக் குடிமக்களுக்கு மருத்துவச் சேவை செய்யப் போகிறோம் என்றும் மேல்நாட்டுக் கல்வியைப் போதித்து அவர்களின் அறியாமை இருளினைப் போக்கப் போகிறோம் என்றும் காரணங்களைக் கூறிக்கொண்டு, இந்தியர்களிடம் பழகி, அவர்களிடம் கிறிஸ்துவ மதக் கருத்துகளைப் போதித்து, அவர்களை கிறிஸ்துவ மதத்துக்கு மாற்ற முயன்றனர்.

லார்டு மெக்காலே, ‘நமது பிரிட்டிஷ் கல்வித் திட்டமானது சந்தர்ப்பத்தை நழுவவிடாமல் தீவிரமாகப் பின்பற்றப்பட்டால் இன்னும் முப்பதாண்டுக்குள் வங்காளத்தில் ஒரு ஹிந்துவோ முஸ்லிமோ இருக்கமாட்டார்கள் என்பது எனது உறுதியான நம்பிக்கை’ என்று தெரிவித்துள்ளார். இதிலிருந்தே இவர்களின் உள்நோக்கத்தை நாம் புரிந்துகொள்ளலாம். இவர்கள் மருத்துவச் சேவை, கல்விச் சேவை என்ற போர்வையில் மதமாற்றத்தைத்தான் செய்ய விரும்பினர்.

பிரிட்டிஷ் கிழக்கிந்திய கம்பெனியின் போர்ட் ஆஃப் டைரக்டர் களில் ஒருவரான மாங்கிள்ஸ் பிரிட்டிஷ் பாராளுமன்றத்தில் பேசும்போது, “பரந்த ஹிந்துஸ்தான் சாம்ராஜ்ஜியத்தைக் கடவுளே நம்மிடம் ஒப்படைத்திருக்கிறார். இந்தியாவின் ஒரு முனையிலிருந்து மற்றொரு முனைவரையிலும் கிறிஸ்துவக் கொடி பறக்கவேண்டும்

என்பதே அவருடைய கட்டளை. அந்தக் கட்டளை நிறைவேற ஒவ்வொரு பிரிட்டிஷாரும் தன் முழுச் சக்தியையும் பயன்படுத்த வேண்டும். இந்தியாவை ஒரு கிறிஸ்தவ நாடாக மாற்றும் முயற்சியில் அணுவளவும் தயக்கமோ, தாமதமோ கூடாது" என்றார். (நன்றி: சிப்பாய்ப் புரட்சி 1857, உமா சம்பத்.)

இந்தியாவில் பிரிட்டிஷார் சில முக்கியமான சட்டங்களைக் கொண்டுவந்தனர். அனைத்துமே இந்து, முஸ்லிம் மதங்கள் பின்பற்றி வந்த நடைமுறைகளுக்கு எதிராக இருந்தன. குறிப்பாகச் சொத்துரிமைச் சட்டம். இது முஸ்லிம்களின் 'ஷரியத்' என்ற சட்டத்துக்கு எதிராகக் கொண்டுவரப்பட்டது. இது முஸ்லிம்களின் மனங்களைக் காயப்படுத்தியது.

காலப்போக்கில் பிரிட்டிஷ் கால இந்தியாவில் ராணுவத்திலிருந்த உயர்த்தப்பட்ட சாதியைச் சேர்ந்தோரின் எண்ணிக்கை குறையத் தொடங்கியது. பஞ்சாபி ஹிந்துக்கள், சீக்கியர்கள், பதான்கள், கூர்க்கர்கள் போன்றோர் பிரிட்டிஷ் இந்திய ராணுவத்தில் சேர்ந்தனர். இவ்வாறு படிப்படியாக மதம், சாதி வேறுபாடுகள் உடையத் தொடங்கின. ஆனால், மற்றொரு புறம் அந்நியரின் ஆதிக்கத்தின் கீழ், அந்நிய மதத்துக்காரர்களுக்கு அடிமைகளாக இருக்கிறோம் என்று ஒவ்வொரு ஹிந்துவும் முஸ்லிமும் உணரத் தொடங்கினர். இந்த உணர்வு பெருகத் தொடங்கியது.

ஒட்டுமொத்த வடஇந்தியர்களையும் திரட்டி, ஒரே நேரத்தில் பிரிட்டிஷாரைப் பலிவாங்கப் புரட்சிப் படைத் தலைவர்கள் குறித்திருந்த நாள் 31.5.1857. இந்தப் புரட்சி பற்றி எல்லா வடஇந்திய (சுதேசி) வீரர்களுக்கும் அறிவித்திருந்தனர். அதற்கான முன்னேற்பாடுகள் தீவிரப்படுத்தப்பட்டன. ஆனால் வெண்ணெய் திரண்டுவரும் வேளையில் புரட்சிப் பானையை உடைத்தான் ஒரு வீரன்.

தன்னைப் போன்ற வீரர்களைத் தன் கண்முன்னாலேயே பிரிட்டிஷார் நிராயுதபாணிகளாக்கிப் படையைவிட்டு விரட்டப் போவதை அறிந்தவுடன், அவனால் மே மாதத்தின் இறுதி நாளுக்காகக் காத்திருக்க முடியவில்லை. 'பொறுத்தது போதும்! பொங்கி எழு!' என்று உள்மனம் கட்டளையிட்டதால் தானே முடிவெடுத்தான். 29.3.1857ம் நாளே புரட்சியைத் தொடங்கினான்.

பிரிட்டிஷார் புதிதாக உருவாக்கிய தோட்டாக்களை வடஇந்தியச் சிப்பாய்கள் தொட மறுத்தனர். அவர்கள் ஏன் மறுக்கிறார்கள் என்பது பிரிட்டிஷாருக்குத் தெரியும். ஆனாலும், வேண்டுமென்றே சிப்பாய்களின் மனத்தைப் புண்படுத்த நினைத்தனர்.

'நம் கட்டளையை நிறைவேற்றுவதுதானே சிப்பாய்களின் கடமை. இவர்களாகக் கூடிப்பேசி, நமது கட்டளைக்கு மறுப்புத் தெரிவிப்பதா?' என்ற கர்வத்தோடு, பிரிட்டிஷார் வலுக்கட்டாயமாகச் சிப்பாய்களின் கைகளில் அந்தப் புதிய தோட்டாக்களைத் திணிக்க நினைத்தனர்.

'சிப்பாய்கள் தோட்டாக்களைத் தொட மறுத்தால் அவர்களுக்குக் கடுமையான தண்டனையை வழங்கவேண்டும். இதனைக் கேள்விப்படும் மற்ற சிப்பாய்களும் தாமாகவே அடங்கி, ஒடுங்கிவிடுவர்' என்பது பிரிட்டிஷாரின் எண்ணம்.

'ஒருவேளை அவர்களுக்குத் தண்டனை கொடுத்து, படையைவிட்டு விரட்டிவிட்டால், நாம் படைவீரர்கள் இல்லாமல் தனியாகத் தானே இருக்கவேண்டும்? நம்மால் விரட்டப்பட்ட படைவீரர்கள் ஒன்றுசேர்ந்து நம்மைத் தாக்கப் புறப்பட்டால் அப்போது நாம் யாரைக்கொண்டு அவர்களை அடக்குவது?' என்று பிரிட்டிஷார் சிந்தித்தனர்.

தங்களின் தற்காப்புக்காக கல்கத்தாவிலிருந்தும் பர்மாவிலிருந்தும் பிரிட்டிஷ் படைவீரர்களைப் பாரக்பூருக்குக் கொண்டுவந்தனர். தங்கள் அருகில் தங்களின் படைவீரர்களை வேண்டிய அளவு வைத்துக்கொண்டதும் இந்தியச் சிப்பாய்களிடம் ஒரு வெள்ளோட்டம் பார்க்கத் திட்டமிட்டனர்.

பாரக்பூரில் உள்ள 34வது இந்தியப் படைப்பிரிவினர் மற்றும் பர்ஹாம்பூரில் உள்ள 19வது இந்தியப் படைப்பிரிவினர் புதிய தோட்டாக்களுக்குக் கடுமையாக எதிர்ப்பு தெரிவிப்பார்கள் என்று ஊகித்த பிரிட்டிஷார், அவர்களிடம் புதிய தோட்டாக்களைத் தர நினைத்தனர்.

29.03.1857ம் நாள் அன்று கர்னல் மிட்சல் என்ற பிரிட்டிஷ் அதிகாரி 19வது இந்தியப் படைப்பிரிவினரை பர்ஹாம்பூரிலிருந்து பாரக்பூருக்குக் கொண்டுவந்தார். அவர்களை ராணுவ அணிவகுப்பு மைதானத்தில் நிறுத்தினார். அந்த மைதானத்தில் மயான அமைதி நிலவியது.

மங்கள் பாண்டே - சிறுகுறிப்பு

உத்தரப்பிரதேசம் பல்லியாவில் உள்ள நாக்வா கிராமத்தில் பூமிஹார் பிராமண குலத்தில் 19.7.1827ம் நாள் மங்கள் பாண்டே பிறந்தான். இவன் மதப்பற்றும் தேசப்பற்றும் மிக்கவன். 'பாண்டே' என்பது, உயர்த்தப்பட்ட சாதியைச் சார்ந்த பின்னொட்டுச் சொல்லாகவே பயன்படுத்தப்படுகிறது.

பிரிட்டிஷ் படையில் சாதாரணச் சிப்பாயாக பொ.யு.1849ம் ஆண்டு சேர்ந்தான். அவன் இடம்பெற்றிருந்த 34வது இந்தியப் படைப்பிரிவு கல்கத்தாவில் பாரக்பூரில் முகாமிட்டிருந்தது. பாரக்பூர் ராணுவ அணிவகுப்பு மைதானத்தில் 19வது இந்தியப் படைப்பிரிவினர் நிறுத்தப்பட்டபோது, பாரக்பூர் கோட்டையின் படை முகாமிலிருந்த தன்னுடைய மிகச்சிறிய அறையில் இருந்தான் மங்கள் பாண்டே.

பிரிட்டிஷார் இன்று 19வது இந்தியப் படைப்பிரிவினரைச் சோதிக்கப் போகிறார்கள் என்பதும் முரண்டுபிடிக்கும் படைவீரர்கள் மிகக் கடுமையாகத் தண்டிக்கப்படுவார்கள் என்பதும் மங்கள் பாண்டேவுக்குத் தெரியும். அந்தத் துக்கம் தாளாமல் தவித்துக் கொண்டிருந்தான்.

தண்டனை என்றால் துப்பாக்கி, தோட்டாக்களைப் பறித்துக் கொள்வது, சீருடையை அகற்றுவது, 'சிப்பாய்' என்ற பதவியிலிருந்து துரத்தி அவமானப்படுத்துவது மட்டுமா? இல்லை. சில ஆண்டுகள் சிறையில் அடைக்கப்படலாம் அல்லது உயிரைக்கூடப் பறித்துவிடலாம்.

தண்டனையின் கொடுமையைக் கற்பனைசெய்து, அது தரும் துயரமும் துக்கமும் தாளாமல் ஆவேசம் கொண்டான் மங்கள் பாண்டே. எழுந்தான். தன் கைகளில் துப்பாக்கியும் வாளுமாக மைதானத்திற்குள் நுழைந்தான்.

தன்னைப் போன்ற வீரர்களிடம் மங்கள் பாண்டே ஆவேசமாக, "சகோதரர்களே! வீறுகொண்டு எழுங்கள்! ஏன் இன்னமும் அமைதியாக இருக்கிறீர்கள்? உங்கள் மதத்தின் மீது ஆணையிட்டு உங்களை அழைக்கிறேன். துரோகிகளான விரோதிகள் மீது பாய்ந்து, விடுதலை பெறுவோம்!" என்று கர்ஜித்தான். குரலைக் கேட்டுப் பதறிப்போன பிரிட்டிஷ் ஸார்ஜன்ட் மேஜர் ஹியூஸன் அதிர்ச்சியடைந்தார். ஓர் இந்தியச் சிப்பாய் இப்படி ஆவேசப்படுவதை அவர் இப்போதுதான் முதல்முறையாகப் பார்க்கிறார்.

'இப்படியே பேசவிட்டால், இவனைப் பார்த்து எல்லோரும் கற்றுக்கொள்வார்கள். உடனே அடக்கவேண்டும்' என்று நினைத்த அவர், மற்ற இந்தியச் சிப்பாய்களிடம், "இவனை உடனே கைதுசெய்யுங்கள்" என்று ஆணையிட்டார். ஆனால், எந்தச் சிப்பாயும் மங்கள் பாண்டேவைக் கைதுசெய்ய முன்வரவில்லை.

'ஏன் இவர்களும் என் பேச்சுக்குக் கீழ்ப் படியவில்லை?' என்று நினைக்கும்போதே ஹியூஸின் மூச்சு நின்றுவிட்டது.

மங்கள் பாண்டேவின் துப்பாக்கியிலிருந்து புறப்பட்ட முதல் புரட்சிக்குண்டு, பிரிட்டிஷ் ஸார்ஜன்ட் மேஜர் ஹியூஸின் நெஞ்சில் பாய்ந்து, இந்திய விடுதலைப் போருக்கு அடிக்கல் நாட்டியது.

அனைத்து இந்தியச் சிப்பாய்களுக்கும் அதிர்ச்சி. அடுத்து என்ன செய்யவேண்டும் என்ற திட்டமிடல் இல்லாத ஒரு திடீர்ப் புரட்சியை அவர்கள் எவ்வாறு முன் நகர்த்துவார்கள்?

அந்த மைதானத்திற்கு பிரிட்டிஷ் லெப்டினன்ட் பாக் குதிரையில் வந்து கொண்டிருந்தார். மங்கள் பாண்டேயின் துப்பாக்கியிலிருந்து பாய்ந்த இரண்டாவது குண்டு, குதிரையைக் கொன்றது. பாக் பல்டியடித்து விழுந்தார். தன் கையிலிருந்த துப்பாக்கியால் மங்கள் பாண்டேவுக்குக் குறிவைத்தார். அவரது குறி தவறியது. மங்கள் பாண்டே தன் வாளால் அவரைத் தாக்கச் சென்றான். அவரும் தன்னுடைய வாளை எடுத்தார். மங்கள் பாண்டேயின் வாள் முந்திக்கொண்டது. பாக் இறந்தார்.

அங்கு வந்த மற்றொரு பிரிட்டிஷ் அதிகாரி மங்கள் பாண்டேவுக்குக் குறிவைத்தார். அதனைப் பார்த்த ஓர் இந்தியச் சிப்பாய் தன் துப்பாக்கியின் பின்புறக் கட்டையால் அவர் மண்டையில் அடித்து, அவரைப் படுக்க வைத்தான். இந்தியச் சிப்பாய்களின் கூட்டம் மங்கள் பாண்டேவைச் சுற்றிக்கொண்டு பாதுகாப்பு தந்தது. “மங்கள் பாண்டேயைத் தொடாதே!” என்று முழக்கமிட்டனர்.

அங்கு வந்த கர்னல் வீலர், “மங்கள் பாண்டேவைக் கைது செய்யுங்கள்” என்று ஆணையிட்டார். இந்தியச் சிப்பாய்கள், “இந்த உத்தம பிராமண வீரரின் ரோமத்தைக்கூட நாங்கள் தொடமாட்டோம்” என்று மறுப்பு தெரிவித்தனர். இந்தச் சூழ்நிலையைப் பயன்படுத்திக்கொண்ட மங்கள் பாண்டே, “எழுங்கள் சகோதரர்களே! எழுங்கள்!” என்று முழக்கம் செய்து, இந்தியச் சிப்பாய்களை உற்சாகப்படுத்தினான்.

ராணுவ அணிவகுப்பு மைதானத்தில் நடக்கும் இந்த அத்துமீறல்களை அறிந்த ஜெனரல் ஹியர்ஸே, பிரிட்டிஷ் வீரர்களை அழைத்துக்கொண்டு அங்கு விரைந்து வந்தார். வரும் வழியில் பிரிட்டிஷ் அதிகாரிகளின் பிணங்களையும் ஒரு குதிரையின் பிணத்தையும் தாண்டித்தான் அவர் மங்கள் பாண்டேவிடம் வர முடிந்தது.

நிலைமையைப் புரிந்துகொண்ட மங்கள் பாண்டே, தன் துப்பாக்கியைத் தன் இதயத்திற்கு நேராகத் திருப்பிச் சுட்டுக்கொண்டு தற்கொலைக்கு முயன்றான். ஆனால், படுகாயமடைந்தானே தவிர இறக்கவில்லை. அவனை ராணுவ மருத்துவமனைக்குத் தூக்கிச் சென்றனர். முதலுதவி செய்து, பின்னர் கைது செய்தனர்.

ஜெனரல் ஹியர்ஸே ஆழ்ந்து சிந்தித்தார். ‘கிழக்கிந்திய கம்பெனியின் முதன்மைத் தளம் கல்கத்தா. பிரிட்டிஷாரை எதிர்த்து இந்தியச் சிப்பாய்கள் செய்யும் முதல் கலகம் இங்கே நடைபெற்றுள்ளது. கலகம் செய்தவர்கள் வங்காளிகள். இவர்களைப் பகைத்துக்கொள்வது கம்பெனிக்குப் பேரிழப்பினைத் தந்துவிடும். இவர்களைத் தண்டிக்காமல் விட்டால், பிரிட்டிஷார் மீது இந்தியர்களுக்கு அச்சமில்லாமல் போய்விடும். இவர்களைத் தண்டிக்கவும் வேண்டும், இவர்களால் பெரும்பகையும் ஏற்பட்டுவிடக் கூடாது. என்ன செய்வது?’ என்று நீண்டநேரம் சிந்தித்தார்.

31.3.1857ம் நாள் காலையில் பாரக்பூர் ராணுவ அணிவகுப்பு மைதானத்தில் 19வது இந்தியப் படைப்பிரிவினர் மீண்டும் நிறுத்தப்பட்டனர். அவர்களைச் சுற்றி பிரிட்டிஷ் வீரர்கள் நின்றனர். படைப் பிரிவினரிடமிருந்த அனைத்து துப்பாக்கிகளும் தோட்டாக்களும் பறிமுதல் செய்யப்பட்டன.

அவர்கள் முன்வந்து நின்ற ஜெனரல் ஹியர்ஸே கூறினார்:

> “நீங்கள் புதிய துப்பாக்கிகளைப் பயன்படுத்த மறுத்து, உயர் அதிகாரிகளின் கட்டளையைப் புறக்கணித்துள்ளீர்கள். அதற்காக உங்களைத் தண்டிக்க இங்கு அழைத்துவந்தபோது, உங்களுக்கு ஆதரவாக ஒருவர் செயல்பட்டு, இரண்டு பிரிட்டிஷ் அதிகாரிகளைக் கொன்றுள்ளார். ஒரு பிரிட்டிஷ் அதிகாரி பலமாகத் தாக்கப்பட்டுள்ளார். ஒரு குதிரையும் கொல்லப்பட்டுள்ளது. அந்த நிலையில் நீங்கள் உங்களின் உயரதிகரிகளின் கட்டளைக்கு அடிபணியவில்லை. இவை மன்னிக்கமுடியாத குற்றம். இக்குற்றத்திற்குத் தண்டனையாக உங்கள்மீது ஒழுங்கு நடவடிக்கை எடுத்து, உங்களைப் பணியிலிருந்து நீக்கி, தூக்கிலிட்டோ, பீரங்கி வாயில் நிறுத்திச் சுட்டோ உங்களைக் கொல்ல எங்களால் முடியும். ஆனால், அவ்வாறு தண்டிக்க நாங்கள் விரும்பவில்லை. இதுநாள்வரை கம்பெனிக்காகப் போர்களில் துணிவுடன் செயல்பட்டு, வெற்றிகளைப் பெற்றுத் தந்துள்ளீர்கள். உங்களின் உயரிய சேவையைப் பாராட்டி, உங்கள் குற்றங்களைக் கருணையுடன் பரிசீலித்து, நாங்கள் உங்களைப் பணியிலிருந்து மட்டும் நீக்குகிறோம். உங்களின் சீருடைகளை திரும்பப்பெற்று அவமானப்படுத்த விரும்பவில்லை. நீங்கள் உங்கள் சீருடைகளோடு வீட்டுக்குச் செல்லலாம்.”

ஜெனரல் ஹியர்ஸேவின் போலிக் கருணையால் உயிர் பிழைத்த 19வது இந்தியப் படைப்பிரிவினர் தங்களின் வீடுகளுக்குத் திரும்பினர்.

காயம் குணமான மங்கள் பாண்டேவை 6.4.1857ம் நாள் ராணுவ நீதிமன்றத்தில் நிறுத்தினர். பலவிதத்தில் விசாரித்தனர். 'புதிய தோட்டாவைத் தொடக்கூடாது என்ற தீர்மானத்தை இவனைப் போன்றோர்தான் மற்ற சிப்பாய்களிடம் பரப்பி வருகின்றனர்' என்று நம்பிய பிரிட்டிஷார் மங்கள் பாண்டேவைத் தனியாளாகக் கருதவில்லை. 'இவன் ஒரு கூட்டத்தில் ஒருவன் அல்லது ஒரு கூட்டத்தின் தலைவன்' என்ற கணிப்பில்தான் அந்த விசாரணை நடத்தப்பட்டது.

விசாரணையின்போது மங்கள் பாண்டேயின் மனம் தெளிவாக இருந்தது. தன் வாயிலிருந்து வரும் ஒவ்வொரு வார்த்தையும் பிரிட்டிஷார் சில இந்தியச் சிப்பாய்களைக் கொன்றொழிக்கக் காரணமாகிவிடும் என்பதை உணர்ந்திருந்தான்.

மங்கள் பாண்டேயின் மீது பின்வரும் குற்றச்சாட்டுகள் சுமத்தப்பட்டன.

1. அத்துமீறி ராணுவ அணிவகுப்பு மைதானத்திற்குள் ஆயுதங்களுடன் நுழைந்தது.
2. பிரிட்டிஷாரை எதிர்த்துக் கலகம் செய்ய சக வீரர்களைத் தூண்டியது.
3. தன்னைக் கைதுசெய்ய வந்த இரண்டு பிரிட்டிஷ் அதிகாரிகளைக் கொன்றது.
4. ஒரு ராணுவக் குதிரையைக் கொன்றது.
5. அதிகாரிகளிடமிருந்து தப்பிப்பதற்காகத் தற்கொலைக்கு முயன்றது.

நீதிபதியோ, அவனது தலைவன், கூட்டத்தினர்கள், அவர்களின் செயல்பாடுகள், மொத்த ஆயுதபலம், அவர்களின் அடுத்தகட்ட நடவடிக்கைகள் போன்றன குறித்து விதவிதமாகக் கேள்விகளைக் கேட்டார். மங்கள் பாண்டே, "நான் என் மதத்தை நேசிக்கிறேன். என் மதத்திற்கு விரோதமான காரியங்களை என்னால் செய்யமுடியாது. அதனைச் செய்யவேண்டும் என்று நீங்கள் என் சகோதர வீரர்களை நிர்பந்தித்ததால், நான் அவர்களின் சார்பாக நின்று என் எதிர்ப்பினைத் தெரிவித்தேன். தவிரவும் அந்த மைதானத்தில் என்னால் கொல்லப்பட்ட பிரிட்டிஷ் அதிகாரிகளுக்கும் எனக்கும் எந்தவிதமான முன்விரோதமும் இல்லை" என்று தெளிவாகக் கூறிவிட்டான்.

இந்தியனின் வாக்குமூலத்தை இதுவரை எந்த பிரிட்டிஷ் நீதிபதியும் நம்பியதில்லையே! அதற்கு மங்கள் பாண்டே மட்டும் என்ன விதிவிலக்கா? "மங்கள் பாண்டேவுக்குத் தூக்குத் தண்டனை" என்று தீர்ப்பளித்தார் அந்த நீதிபதி.

8.4.1857ம் நாள் காலையில் மங்கள் பாண்டேவைத் தூக்கிலிடுவதற்காகத் தூக்கிலிடும் பணியாளரை அழைத்தனர். மங்கள் பாண்டேவைத் தூக்கிலிடும் துணிவு பாரக்பூரில் யாருக்குமே இல்லை. அதனால், கல்கத்தாவிலிருந்து கூலிக்கு ஆளை வரவழைத்தனர் பிரிட்டிஷார்.

மங்கள் பாண்டே தூக்குமேடைக்குக் கொண்டுவரப்பட்டான். அவன் அருகில் நின்றிருந்த பிரிட்டிஷ் அதிகாரிகள் அவனிடம், "கடைசியாக உனக்கு ஒரு வாய்ப்பு. நீ உன் தலைவனின் பெயரைக் கூறிவிட்டால், உனக்குத் தூக்குத் தண்டனை ரத்தாகும். தண்டனை குறைக்கப்படும்" என்று ஆசைவார்த்தை காட்டினர்.

மங்கள் பாண்டே மௌனமாக இருந்தான். அவன் கழுத்தில் தூக்குக்கயிறு மாட்டப்பட்டது. தூக்குமேடையின் அடிப்பலகை விலக்கப்பட்டது. மங்கள் பாண்டே இறந்தான். அவன் உடல் அந்தக் கயிற்றில் நீண்டநேரம் தொங்கியது. அப்போது அவனுக்கு வயது 29 மட்டுமே.

*

என் பக்கத்து வீட்டில் வசிக்கும் பள்ளிக்கூட மாணவன் வாசலில் அமர்ந்து வரலாற்றுப் பாடத்தை உரக்கப் படித்துக் கொண்டிருந்தான். 'சிப்பாய்க் கலகம்! வங்காளத்தில் பாரக்பூரில் இருந்த படைத் தளத்தில் பணியாற்றிய ஒரு பிராமணச் சிப்பாய் மங்கள் பாண்டே என்பவனுடைய துப்பாக்கி சூட்டை அடுத்து வடஇந்தியா முழுவதும் கலகம் பரவியது' என்று படித்துக் கொண்டிருந்தான்.

என் நினைவு இந்தக் குறிப்பிட்ட வரிகளிலேயே மூழ்கிப் போயிற்று. மங்கள் பாண்டே எனும் வீரன் தன் மேலதிகாரியைச் சுட்டுக் கொன்றான்; அவனை ஆங்கில அதிகாரிகள் தண்டித்தனர்; தொடர்ந்து இந்தியச் சிப்பாய்கள் கலகம் செய்யத் தொடங்கினர், சரிதான். ஆனால், அந்த மங்கள் பாண்டே எனும் வீரனுக்கு 'பிராமணச் சிப்பாய்' என்றே அத்தனை வரலாற்று ஆசிரியர்களும் அடைமொழி கொடுக்க என்ன காரணம்?

ஆங்கில அதிகார வர்க்கமும் ஆங்கில அடிவருடிகளான வரலாற்று ஆசிரியர்களும் கிழக்கிந்திய கம்பெனிக்கு எதிராக உருவான சிப்பாய்ப் புரட்சி என்பது அரசியல் ரீதியானதோ அல்லது நிர்வாக ரீதியானதோ அல்ல என்று அறிவித்தார்கள். மகாகவி பாரதி, 'ஆயிரம் உண்டிங்கு ஜாதி, எனில் இதில் அன்னியர் வந்து புகல் என்ன நீதி?' என்று சொன்னதைப் போல, ஆயிரம் வேற்றுமைகளுக்கிடையே அத்தனை பேரும் ஒற்றுமையாக

வாழ்ந்துவந்த நேரத்தில், இவர்களுக்குள் பிரிவினையைத் தோற்றுவித்து பிரித்தாளும் சூழ்ச்சியால் எல்லா இந்தியர்களையும் நூற்றுக்கணக்கான ஆண்டுகள் அடிமைப்படுத்த முடிந்ததே! அதே பிரித்தாளும் சூழ்ச்சியை இங்கேயும் கையாளும் முயற்சியே இந்த அறிவிப்பு. இந்தியச் சிப்பாய்களின் புரட்சி எந்த நிர்வாகக் குறைபாடுகளாலோ, ஏற்றத் தாழ்வினாலோ ஏற்பட்டது அல்ல.

'இந்தியச் சிப்பாய்களில் இந்துச் சிப்பாய்கள் மாட்டுக் கொழுப்பு தடவிய தோட்டாக்களை ஏற்க மறுத்தனர். இஸ்லாமியச் சிப்பாய்கள் பன்றிக் கொழுப்புத் தடவிய தோட்டாக்களை ஏற்க மறுத்தனர். அப்படிப்பட்ட சூழ்நிலையில் ஒரு சனாதனி பிராமணச் சிப்பாய் ஆங்கில படைத் தளபதியைச் சுட்டுக் கொன்றதும், இந்துச் சனாதனிகளும் இஸ்லாமியச் சிப்பாய்களும் தங்கள் மத நம்பிக்கைக்கு எதிராகச் செயல்பட்ட ஆங்கில ஆதிக்கத்தின் மீது தாக்குதல் தொடுத்தனர்' என்பது அவர்களது எண்ணம்.

அதாவது இது மதங்கள் சம்பந்தப்பட்ட கலகம்; அரசியல் காரணங்களுக்காக ஏற்பட்டது அல்ல என்பதை நிலைநாட்ட வேண்டுமென்பது அவர்கள் விருப்பம். ஆக, அவர்கள் மீது நிர்வாகத் தவறுகள் எதுவும் இல்லை.

இந்தியர்கள் மத ரீதியான யுத்தத்தைத் தொடுத்தனர் என்று சொல்லத்தான் மங்கள் பாண்டேவுக்கு பிராமணச் சிப்பாய் என்ற அடைமொழியைக் கொடுத்திருக்க வேண்டும்.

மகாபாரதப் போருக்குப் பலியிட ஓர் அரவான் கிடைத்தான். பாரதப் புண்ணிய பூமியின் சுதந்திரப் போருக்கு ஒரு மங்கள் பாண்டே கிடைத்தார். இந்திய மண்ணில் கோடானு கோடி பேர் பிறந்து, வாழ்ந்து, மறைந்தாலும் மங்கள் பாண்டே போன்ற மாவீரனின் பெயர் இன்றளவும் மக்கள் நெஞ்சங்களில் நிறைந்திருப்பதற்கு அவனது தேசபக்தியும் மகத்தான தியாகமுமே காரணங்கள்.

தேசபக்தியின் விளைவாக நடந்தவை இந்த நிகழ்ச்சிகள். ஆங்கில வரலாற்றாசிரியர்கள் எழுதியுள்ளபடி இது ஒரு சனாதனியின் பழிவாங்கும் செயல் அல்ல என்பதை இந்திய மக்கள் உணர்ந்தாக வேண்டும் என்கிறார் தஞ்சை வெ.கோபாலன். (நன்றி – vallamai.com/ 26.09.2014)

மங்கள் பாண்டேவின் நினைவாக இந்திய அரசு பொ.யு.1984ம் ஆண்டு அக்டோபர் மாதம் நினைவுத் தபால் தலையை வெளியிட்டது.

கொல்கத்தாவில் மங்கள் பாண்டேவின் நினைவாகப் பூங்கா ஏற்படுத்தப்பட்டது.

(மங்கள் பாண்டேவின் நினைவிடம்)

நிகழவிருந்த பெரும் புரட்சியை, ஒரு போரை முன்கூட்டியே தொடங்கியதால் நாம் மங்கள் பாண்டேயைக் குறைசொல்ல முடியாது. தனியாளாக நின்று பிரிட்டிஷாரைக் காவு வாங்கியதால் அவனை நாம் மாவீரனாகவே கருதவேண்டும். இந்திய விடுதலைப் போரைத் தொடங்கி வைத்த பெருமை தனியொருவனான அவனுக்கே உரியது.

7. புனிதமும் விரோதமும்

பிரிட்டிஷார், ஏன் அந்தப் புதிய தோட்டாக்களை வடஇந்தியர்களின் கைகளில் திணிக்க அவ்வளவு ஆசைப்பட்டார்கள்? வடஇந்தியச் சிப்பாய்கள் அந்தத் தோட்டாவைத் தொட ஏன் கடுமையாக மறுப்புத் தெரிவித்தனர்? அப்படி என்னதான் இருந்தது அந்தப் புதிய தோட்டாக்களில்?

வெடிப்பதற்கு முன்பே பெரும் விளைவுகளை ஏற்படுத்திய அந்தப் புதிய தோட்டாக்களின் பின்னணியில் வடஇந்திய வீரர்களின் மத உணர்வுகளைப் புண்படுத்துவது, வீரர்களிடையே ஒற்றுமையைக் குலைப்பது, ஆயுத உற்பத்திச் செலவைக் குறைப்பது, நவீன ஆயுதப் பயிற்சியை அளிப்பது என பிரிட்டிஷாரின் பல தந்திரங்கள் மறைந்திருந்தன.

தந்திரங்கள் அனைத்தும் தங்களுக்கே எதிராக மாறியதைக் கண்டு பிரிட்டிஷார் அதிர்ந்தனர். இதற்குக் காரணமானவர்கள் யார்? மங்கள் பாண்டே மட்டும்தானா? மங்கள் பாண்டேயின் ஆத்திரத்திற்குக் காரணம் புதிய தோட்டாக்கள் மட்டும்தானா? இவை போன்ற வினாக்களைத் தங்களுக்குள் எழுப்பிக்கொண்டு விடைதேடித் தவித்தனர் பிரிட்டிஷார்.

பிரிட்டிஷ் ராணுவம் இங்கிலாந்திலும் இந்தியாவிலும் ‘பிரௌன் பெஸ் மஸ்கெட்’ துப்பாக்கியைத்தான் பயன்படுத்தியது. பிரிட்டிஷ் ராணுவத்தின்

கோரிக்கைக்கு ஏற்ப, துப்பாக்கி தயாரிக்கும் 'என்ஃபீல்டு' நிறுவனம் புதியவகை துப்பாக்கியை உருவாக்கியது.

அதிலிருந்து வெளிவரும் குண்டுகள் அதிவேகமாகச் சீறிப் பாய்வதற்கு வசதியாக, அக்குண்டுகளின் மீது மேற்பூச்சாக மசகு எண்ணெய்யைத் தடவினர். இந்தப் புதியவகை துப்பாக்கி கிரீமியா போரில் பயன்படுத்தப்பட்டது. அப்போரில் இந்த வகை துப்பாக்கிகள் மிகச் சிறப்பாகச் செயல்பட்டன. ஆதலால், இதே வகை துப்பாக்கிகளையே இந்தியாவிலும் பயன்படுத்த பிரிட்டிஷ் அரசு முடிவு செய்தது.

இந்தப் புதியவகை துப்பாக்கிகளும் மசகு எண்ணெய் தடவப்பட்ட தோட்டாக்களும் லண்டனிலிருந்து இந்தியாவுக்குக் கப்பலில் வந்திறங்கின. 'இவற்றை ஏன் அங்கு தயாரித்து இங்கு கொண்டுவர வேண்டும்? வீண் செலவுதானே!' என்று சிந்தித்த பிரிட்டிஷ் அதிகாரிகள், அவ்வகை துப்பாக்கிகளையும் தோட்டாக்களையும் இந்தியாவிலேயே தயாரிக்கலாம் என்று முடிவெடுத்தனர்.

கல்கத்தா, டம்டம், மீரட் ஆகிய இடங்களிலிருந்த பிரிட்டிஷ் ராணுவத் தளவாடத் தொழிற்சாலைகளில், குறிப்பாக துப்பாக்கி தயாரிக்கும் பிரிவுகளில் இந்த வகை துப்பாக்கி மற்றும் தோட்டாக்களை மட்டும் தயாரிக்க உத்தரவிடப்பட்டது.

பிரிட்டிஷ் இந்தியச் சிப்பாய்களுக்கு என்ஃபீல்டு துப்பாக்கிகளைப் பயன்படுத்தத் தெரியாது. அவர்களுக்குக் கற்றுக் கொடுப்பதற்காக சியால்கோட், டம்டம், அம்பாலா போன்ற இடங்களில் 'என்ஃபீல்டு துப்பாக்கி சுடும் பயிற்சி முகாம்கள்' அமைக்கப்பட்டன. துப்பாக்கிக் குண்டுகளுக்கான மசகு எண்ணெய்யை 'கங்காதர் பானர்ஜி அண்ட் கோ' நிறுவனம் தயாரித்தது. அந்த எண்ணெய்யின் மூலப்பொருளாகப் பசு மற்றும் பன்றியின் கொழுப்புகள் இருந்தன.

இந்தத் தகவல் சிப்பாய்களின் மத்தியில் மெல்லப் பரவியது. இந்தக் குண்டுகளைத் துப்பாக்கிகளுக்குள் செலுத்தும் முன்னர் அதன் மேலுறையினைப் பல்லால்தான் கடித்துக் கிழிக்கவேண்டும். அப்போது மசகு எண்ணெய் நூறு சதவிகிதம் வாயில்தான் படும்.

இந்துக்களின் புனிதமான அடையாளங்களில் ஒன்று பசு. இஸ்லாமியர்களின் விரோதமான அடையாளங்களில் ஒன்று பன்றி. இந்துச் சிப்பாய்கள் எப்படிப் பசுவின் கொழுப்பினைத் தன் வாயால் தொடுவார்கள்? இஸ்லாமியச் சிப்பாய்கள் எப்படி பன்றியின் கொழுப்பினைத் தன் வாயால் தொடுவார்கள்? இதுதான் மூலகாரணம். ஆனால் இது மட்டுமே காரணமல்ல என்பதை முன்பே பார்த்தோம்.

அம்பாலா தொழிற்சாலையிலிருந்து 22,500 தோட்டாக்களும், சியால்கோட் தொழிற்சாலையிலிருந்து 14,000 தோட்டாக்களும் தயாராகின. அவை பல்வேறு முகாம்களுக்கும் அனுப்பப்பட்டுச் சிப்பாய்களின் வாயில்படக் காத்திருந்தன. அவர்கள் தொட மறுத்தனர். பிடிவாதம் கொண்ட சிப்பாய்களை பிரிட்டிஷ் அதிகாரிகள் அந்தத் தோட்டாக்களைப் பயன்படுத்துமாறு மேலும் வற்புறுத்தினர்.

கொழுப்புத் தகவல் காட்டுத் தீப்போலப் பரவத் தொடங்கியது. 'கல்கத்தா தர்ம சபை' என்ற ஆன்மிக அமைப்பு இந்தச் செய்தியைப் பொதுமக்களிடம் பரப்பியது. பிரிட்டிஷ் அதிகாரிகள் விழித்துக் கொண்டனர். 'அப்படியெல்லாம் ஒன்றுமில்லை. அது வெறும் மசகு எண்ணெய்தான். கொழுப்புகளால் தயாரிக்கப்படுவதில்லை' என்று கூறினர். பர்ச் என்பவர் சர்க்கார் சார்பில், 'ஆட்சேபகரமான ஒரு தோட்டாகூட ராணுவத்திற்கு அனுப்பப்படவில்லை' என்று அறிக்கை விட்டார்.

கங்காதர் பானர்ஜி அண்ட் கோ நிறுவனத்தில் பணியாற்றிய அடிமட்டத் தொழிலாளர்கள் மசகு எண்ணெய்யானது பசு மற்றும் பன்றியின் கொழுப்புகளில் இருந்துதான் தயாரிக்கப்படுகிறது என்பதனை உறுதிப்படுத்தினர். உடனே, பிரிட்டிஷ் அதிகாரிகள், 'இனிமேல் ஆட்டுக் கொழுப்பிலிருந்துதான் மசகு எண்ணெய் தயாரிக்கவேண்டும்' என்று அந்த நிறுவனத்திற்கு ஓர் உத்தரவு போட்டனர். இந்த உத்தரவிலிருந்தே மூன்று உண்மைத் தகவல்கள் தெரிகின்றன.

1. அவர்கள் மசகு எண்ணெய்யில் கொழுப்பைப் பயன்படுத்தி இருக்கிறார்கள்.
2. இதுவரை அவர்கள் ஆட்டுக் கொழுப்பினைப் பயன்படுத்த வில்லை.
3. அக்கொழுப்புகள் பசுக்கள் மற்றும் பன்றிகளுடையதாக இருக்கலாம்.

பாரெஸ்ட் என்பவர் வெளியிட்ட சர்க்கார் பத்திரங்களில் மசகு எண்ணெய் உற்பத்தியில் பசு மற்றும் பன்றியின் கொழுப்புகள் பயன்படுத்தப்பட்டது உறுதி செய்யப்பட்டுள்ளது.

சிப்பாய்களின் சார்பாக, பிரிட்டிஷ் அதிகாரிகளிடம் ஒரு வேண்டுகோள் வைக்கப்பட்டது. "மசகு எண்ணெய் தயாரிக்கும் இடத்தில் இந்து மற்றும் இஸ்லாமியப் பிரதிநிதிகளை நியமித்து, பசு மற்றும் பன்றிக் கொழுப்புகளால் மசகு எண்ணெய் தயாரிக்கப்படவில்லை என்பதை உறுதிசெய்யவேண்டும்" என்றனர். அந்த வேண்டுகோளை பிரிட்டிஷ் அதிகாரிகள் ஏற்க மறுத்துவிட்டனர்.

பன்றிகளை வெறுப்பதும் பசுக்களை நேசிப்பதும் மூடத்தனமானது என்றும் அந்த மூடநம்பிக்கையில் மூழ்கி, தோட்டாக்களைத் தொடமறுக்கும் சிப்பாய்கள் தண்டனைக்கு உள்ளாவார்கள் என்றும் பிரிட்டிஷார் மிரட்டினர். அந்த மிரட்டலுக்குச் சிப்பாய்கள் பணியவில்லை.

வேறுவழியின்றி பிரிட்டிஷார், 'சிப்பாய்களே மசகு எண்ணெய்யைத் தங்களுக்கு ஏற்ற, வசதியான விலங்குகளின் கொழுப்புகளிலிருந்து தயாரித்துக் கொள்ளலாம்' என்று ஓர் அறிக்கையை விட்டனர். அதற்கேற்ப சட்டத்தையும் நிறைவேற்றினர். இவ்வாறு கொழுப்பு தடவப்பட்ட தோட்டாக்களை பிரிட்டிஷார் இந்தியச் சிப்பாய்களின் கைகளில் கொடுத்ததற்கு உள்ளார்ந்த காரணங்கள் சில இருந்தன.

ஒரு மனிதனிடமிருக்கும் ஆத்ம நம்பிக்கையைப் பறித்துவிட்டால், பின்னர் அவன் நடைப்பிணமாவான். பிரிட்டிஷார் தங்களுக்குப் பணிபுரிய மனிதர்களை விரும்பவில்லை, நடைப்பிணங்களையே விரும்பினர். ஆம்! பிரிட்டிஷாருக்கு நடைப்பிணங்கள்தான் தேவைப்பட்டன.

சிப்பாய்களில் இந்துக்களும் இஸ்லாமியர்களும் சம அளவில் கலந்திருந்தனர். தங்களுக்குள் மத வேற்றுமைகளை மறந்து, ஒருவருக்கொருவர் விசுவாசமாக இருந்தனர். இவர்களின் ஒற்றுமை தங்களுக்கு எப்போதுமே கண்டம்தான் என்பதை பிரிட்டிஷார் கணித்திருந்தனர். 'இவர்களை மனதளவில் பிரித்தும் உடலளவில் ஒன்றுபடுத்தியும் வைத்தால்தான், தங்களின் கொடுமையான ஏகாதிபத்திய ஆட்சியை இந்தியாவில் சீராக நடத்தமுடியும்' என்று நம்பினர்.

இதற்காகத்தான் பிரிட்டிஷார் முன்பே, 'இந்துச் சிப்பாய்கள் பணிநேரத்தில் தலைப்பாகை அணியக்கூடாது, நெற்றியில் குங்குமம், திருநீறு திலகமிடக் கூடாது' என்று கட்டளையிட்டிருந்தனர். 'இஸ்லாமியச் சிப்பாய்கள் தாடி வளர்க்கக்கூடாது, தலையில் வெள்ளைக் குல்லா வைக்கக்கூடாது' என்றும் சட்டம் இயற்றினர்.

அதாவது, பணிநேரத்தில் எந்தச் சிப்பாயும் சமயம் சார்ந்த அடையாளங்களை வெளிப்படுத்தக் கூடாது. பெரிதாக மீசை வளர்த்து முறுக்கிவிடுதலும் சட்டவிரோத செயலாகக் கருதப்பட்டது. எல்லாச் சிப்பாய்களுக்கும் தலையில் அணிவதற்கு விலங்குத் தோலாலான தொப்பிகள் மட்டும் வழங்கப்பட்டன. அது எந்த விலங்கு? இது மற்றொரு சிக்கலான கேள்விதான்.

மத அடையாளங்களை அணியாமல் இருப்பதன் வழியாக, அவர்கள் தங்களின் மதத்தைவிட்டு விலகத் தொடங்குவார்கள் என்பது பிரிட்டிஷாரின் எதிர்பார்ப்பு. மெல்ல மெல்ல இந்தியச் சிப்பாய்களை கிறிஸ்தவர்களாக மாற்றுவதில் அவர்களுக்கு எந்தத் தடையும் இருக்காது அல்லவா?

8. விபரீத ஒத்திகைகள்

புரட்சிப்படையினர் ரகசியமாக வைத்த தீயில் நெய் வார்க்கும் வகையில் பிரிட்டிஷார் தவறுதலாக ஒரு செயலைச் செய்துவிட்டனர். மீரட்டில் உள்ள இந்தியச் சிப்பாய்கள் சர்ச்சைக்குரிய தோட்டாக்களைத் தொட மறுக்கிறார்களா என்பதை பிரிட்டிஷார் அறிய விரும்பினர். மே மாதம் ஆறாம் நாள் குதிரைப்படையைச் சேர்ந்த இந்திய வீரர்கள் 90 பேரிடம் சர்ச்சைக்குரிய தோட்டாக்களைக் கொடுத்தனர். ஐந்து வீரர்கள் அவற்றை ஏற்றுக்கொண்டனர். 85 வீரர்கள் அவற்றைத் தொட மறுத்தனர்.

அந்த 85 வீரர்களின் மீதும் ராணுவ நீதிச்சபையில் வழக்குத் தொடரப்பட்டது. மே 9 அன்று ராணுவ நீதிச்சபை 85 வீரர்களுக்கும் தண்டனையை அறிவித்தது. எட்டு முதல் பத்தாண்டு காலக் கடுங்காவல் தண்டனை விதித்தது. இந்தத் தீர்ப்பு மீரட் மக்களிடையே பெரும் அதிர்ச்சியை ஏற்படுத்தியது.

படை	பிரிட்டிஷ் படை வீரர்களின் எண்ணிக்கை	இந்தியப் படை வீரர்களின் எண்ணிக்கை
குதிரைப்படை	2,686	37,719
பீரங்கிப்படை	6,769	11,256
தரைப்படை	30,045	2,11,926

‘பிரிட்டிஷாரின் அடக்குமுறை அளவுக்கு அதிகமாகி விட்டது. இனியும் தாமதிக்க முடியாது. சிறைப்பட்ட நம் சகோதரர்களை உடனே மீட்கவேண்டும். நமது திட்டத்தின்படி, மீரட்டில் புரட்சியைத் தொடங்கவேண்டும். மே 31 வரை காத்திருக்க முடியாது. இன்றே போரைத் தொடங்க வேண்டும். பிரிட்டிஷாரை ஒழிக்க வேண்டும்’ என மீரட்டிலிருந்த புரட்சிப்படையினர் தம் மனத்தில் ஒரு திடமான முடிவினை எடுத்துக்கொண்டனர்:

> ‘நாளை ஞாயிற்றுக்கிழமை. மாலை சூரியன் மறைவதற்குள் தேச பக்தர்களின் விலங்குகள் தகர்க்கப்பட வேண்டும். தாய்நாட்டைப் பிணைத்துள்ள சங்கிலிகள் தூளாக்கப்பட வேண்டும். சுதந்திரக்கொடி வானளாவிப் பறக்க வேண்டும்.’

இதுதான் அவர்களின் உறுதியான, இறுதியான முடிவு. அவர்கள் டெல்லிக்கு ஒரு தூதுவனை அனுப்பினர். தூதுவன் கொண்டுசென்ற செய்தி மிகச் சுருக்கமானது:

> ‘11 அல்லது 12ம் தேதி நாங்கள் அங்கே வந்து சேருவோம். போருக்கு ஆயத்தமாக இருங்கள்’.

மீரட் நகர். மே 10. ஞாயிற்றுக்கிழமை. பிரிட்டிஷார் வீடுகளில் வீட்டு வேலைகளைச் செய்துவந்த எந்த இந்திய வேலைக்காரரும் அன்று வேலைக்குச் செல்லவில்லை. தேவாலயத்தில் மணி ஒலித்தது.

‘மாரோ பறங்கீகோ’ என்ற கோஷத்துடன் முன்னேறிய புரட்சிப் படையினர் தங்கள் ஆயுதங்களால் கண்ணில்பட்ட பிரிட்டிஷாரைக் கொன்று குவித்தனர். மாளிகைகள், உணவகங்கள், கேளிக்கை அரங்குகள், காரியாலயங்களில் புகுந்து கொள்ளையிட்டனர். தீ வைத்தனர்.

புரட்சிப்படையின் குதிரைப்படைக் குழு ஒன்று தங்கள் சகோதரச் சிப்பாய்களைச் சிறையிலிருந்து மீட்கச் சென்றது. இவர்களோடு சிறைக்குக் காவலாக இருந்த இந்தியச் சிப்பாய்களும் சேர்ந்துகொண்டனர். சிறை தகர்க்கப்பட்டது. சிறையிலிருந்து வெளியேறிய வீரர்கள் புரட்சிப் படையினருடன் இணைந்து பிரிட்டிஷாரை அழிக்கப் புறப்பட்டனர். தந்திக் கம்பங்கள் அறுக்கப்பட்டன. தகவல்தொடர்பு அடியோடு துண்டிக்கப்பட்டது. பிரிட்டனின் அதிகாரிகள், பெண்கள், குழந்தைகள் எனப் பெரும்பாலானோர் கொல்லப்பட்டனர்.

மீரட் படைத்தளத்தின் தளபதி பிரிகேடியர் ஆர்ச்டேர் வில்சனும் ஜெனரல் ஹெவிட்டும் இணைந்து பிரிட்டிஷ் வீரர்களைப் பல திசைக்கும் அனுப்பி பிரிட்டிஷ் குடும்பத்தினரைக் காக்குமாறு கட்டளையிட்டனர். கருவூலத்தைப் பாதுகாக்குமாறு சில வீரர்களை

அனுப்பினர். வேறு என்ன செய்வது என்று அவர்களுக்கு ஒன்றுமே புரியவில்லை.

திடீரென்று பெரும் புரட்சி வெடித்ததால் பிரிட்டிஷாரின் முகங்கள் இந்திய வெப்பத்திலும் உறைந்து காணப்பட்டன. அவர்கள் தங்களுக்கு உதவிவேண்டி மேலிடத்துக்குச் செய்தி அனுப்பவும் வழியில்லாமல் தடுமாறினர்.

மீரட்டிலுள்ள அனைத்து பிரிட்டிஷ்காரர்களையும் கொல்லும் நோக்கம் முழுவதுமாக நிறைவேறுவதற்குள் புரட்சி வீரர்கள் 2,000 பேர் ரத்தம் படிந்த வாளுடன் இரவோடு இரவாக டெல்லி நோக்கிப் பயணித்தனர்.

மீரட் கலவரமும் டெல்லியின் வீழ்ச்சித் தகவலும் பஞ்சாபின் லாகூரை வந்தடைந்தன. உடனே அங்கிருந்த பிரிட்டிஷ் உயரதிகாரிகள் எச்சரிக்கை அடைந்துவிட்டனர். லாகூரின் முதன்மை அதிகாரி சர் ஜான் லாரன்ஸ், ராணுவத் தலைமை அதிகாரி ராபர்ட் மாண்ட்காபரி ஆகிய இருவரும் சூழலைச் சந்திக்கத் தயாராகினர். தங்களின் நம்பிக்கையான ஒற்றர்களைப் பஞ்சாபின் சுதேசிச் சிப்பாய்களின் மத்தியில் ஊடுருவச் செய்தனர். அங்கும் புரட்சி மனப்பான்மை நிலவுகிறதா என்று ஒற்றறியச் செய்தனர். உண்மை புலப்பட்டது. அங்கும் சிப்பாய்கள் புரட்சிக்கு மனத்தளவில் தயாராகிவிட்டதை உணர்ந்த பிரிட்டிஷ் உயரதிகாரிகள் முன்னெச்சரிக்கை நடவடிக்கைகளில் ஈடுபடத் தொடங்கினர்.

மியான்மரில் துப்பாக்கி ஏந்திய பிரிட்டிஷ் படையினரும் பீரங்கிப் படையினரும் சூழ்ந்திருக்க ராணுவ அணிவகுப்பு ஒன்றினை நடத்தினர். அணிவகுப்பின் இறுதியில் 2,000 சுதேசிச் சிப்பாய்களின் ஆயுதங்களும் பறிமுதல் செய்யப்பட்டன. அவர்களது அணிவகுப்பு கலைக்கப்பட்டது. இதேபோல அமிர்தசரஸிலும் நடத்தப்பட்டது. வேலை பறிபோன சுதேசிச் சிப்பாய்கள் மனவருத்தத்துடனும் நெஞ்சில் புரட்சிக் கனலுடனும் தங்கள் இல்லங்களுக்குத் திரும்பினர்.

இது ஒருவகையில் பிரிட்டிஷ் அரசுக்கு வெற்றிதான். ஆனால், பஞ்சாப்பின் ஜலந்தரைச் சேர்ந்த சுதேசிச் சிப்பாய்கள் புரட்சியில் இறங்கிவிட்டார்கள். அவர்கள் புரட்சியைத் தொடங்கிய நாள் 09.06.1857.

கிளர்ந்தெழுந்த சுதேசிச் சிப்பாய்கள் ராணுவப் படைத் தளபதியின் வீட்டுக்குத் தீ வைத்தனர். அவர்களில் யாரும் பிரிட்டிஷாரைக் கொல்லவில்லை. தங்களின் எதிர்ப்பைப் பொருட்களின் மீது

மட்டுமே காட்டினர். அணியாகத் திரண்டு பில்கூர் சென்றனர். அங்கிருந்த சிப்பாய்களையும் தங்களுடன் இணைத்துக்கொண்டு, லூதியானாவுக்குச் சென்றனர். செல்லும் வழியில் இவர்கள் பிரிட்டிஷ் படையினரை எதிர்கொள்ள நேர்ந்தது. இந்தச் சண்டை விடியும்வரை நடைபெற்றது. பிரிட்டிஷ் தளபதி வில்லியம்ஸ் கொல்லப்பட்டார்.

புரட்சிப்படையினர் லூதியானாவுக்குள் நுழைந்ததும், அங்கிருந்த சிப்பாய்கள் இவர்களுடன் இணைந்து பிரிட்டிஷாரை விரட்டியடித்தனர். அரசின் பண்டகச் சாலைகள், பிரிட்டிஷாரின் வீடுகள், அச்சுக் கூடங்கள், அரசு அலுவலகங்கள் என அனைத்தும் சூறையாடப்பட்டன. அரசுக்கும் மக்களுக்கும் இடையேயான பணப் பரிவர்த்தனை சார்ந்த வரவுசெலவுக் கணக்குப் புத்தகங்களும் கடன் பத்திரங்களும் எரிக்கப்பட்டன. இறுதியாக லூதியானா கோட்டையைப் புரட்சியாளர்கள் கைப்பற்றினர்.

சிப்பாய்கள் தங்களுக்குள் ஒருவரைத் தலைவராக்கிக் கொண்டார்கள். கைப்பற்றிய கோட்டையை அப்படியே விட்டுவிட்டு, டெல்லியை நோக்கிப் புறப்பட்டனர். ஆனால் பயணம் அவ்வளவு எளிதாக இல்லை. பிரிட்டிஷ் படை அவர்களைச் சுற்றி வளைத்து வேட்டையாடியது.

ஆப்கன் மற்றும் பெஷாவரின் நாடோடி மலைவாசிகளைப் பணத்தாசை காட்டித் தங்களின் பக்கம் இழுத்துக்கொண்டது பிரிட்டிஷ் படை. அவர்களிடம் புரட்சிப் படையினரின் தலைக்கு விலை பேசினர். அந்த மலைவாசியினர் கொள்ளையடிப்பதையே தொழிலாகக் கொண்டவர்கள். பணத்துக்கு ஆசைப்பட்டுப் புரட்சிப்படை வீரர்களைக் கொன்று குவித்தனர். அவர்களைக் கைதுசெய்து பிரிட்டிஷாரின் காலடியில் கிடத்தினர்.

பழைய விரோதத்தை மனத்தில் வைத்துக்கொண்டு பஞ்சாப்பின் முஸ்லிம்களும் சீக்கியர்களும் புரட்சிப் படையினரை வேட்டையாடினர். சீக்கிய கிராமப்புறப் பொதுமக்களும் தங்கள் பகுதியில் தஞ்சமடையும் சுதேசிச் சிப்பாய்களை பிரிட்டிஷ் படைக்குக் காட்டிக்கொடுத்தனர்.

இதைச் சுதேசிச் சிப்பாய்கள் எதிர்பார்க்கவில்லை. சீக்கியர்களிடம் மன்றாடினர். அவர்களைத் தங்கள் பக்கம் இழுத்துக்கொள்ள முயன்றனர். பகதூர் ஷாவின் அந்தரங்க ஊழியரான தாஜுதீன் பஞ்சாப்புக்குள் ரகசியமாக வந்து சீக்கிய தலைவர்களிடம் பேசினார். ஆனால் அந்த முயற்சியும் கைக்கூடவில்லை. அதனால் அவர் சக்கரவர்த்திக்குப் பின்வருமாறு கடிதம் எழுதினார்.

'பாஞ்சாலத்தில் சீக்கிய சர்தார்கள் பிரிட்டிஷாரின் சூழ்ச்சிவலையில் முழுதாக வீழ்ந்துவிட்டார்கள். அவர்கள் இனி நமது ஹிந்துஸ்தானத்து விடுதலைப் போரில் கலந்து கொள்வார்கள் என்று எதிர்பார்ப்பது வீண். அவர்கள் எல்லோரும் பிரிட்டிஷாரின் கைப்பொம்மையாகி விட்டனர். நான் எத்தனையோ விதமாகப் பல சீக்கியத் தலைவர்களிடமும் சீக்கிய மன்னர்களிடமும் நன்மை தீமைகளைப் பற்றி விளக்கமாகப் பேசிப் பார்த்துவிட்டேன். ஆனாலும், பலனில்லை'. *(நன்றி – உமா சம்பத், சிப்பாய்ப் புரட்சி – 1857)*

சர் ஜான் லாரன்ஸுக்கு நிம்மதியாக இருந்தது. நம்பிக்கையான சீக்கியர்களை மிகுதியான எண்ணிக்கையில் படையில் சேர்த்துக்கொண்டு, பஞ்சாப்பில் கிளர்ச்சியின் தடயமே இல்லாமல் செய்தார். பின்னர் துணிவுடன் டெல்லியை மீட்க மொத்தப் படையையும் அனுப்பிவைத்தார்.

இதே நேரத்தில் அலிகாரின் ஒன்பதாவது சுதேசிக் காலாட்படையில் தொடங்கிய இந்தக் கிளர்ச்சி, ஆஜ்மீர், நசிராபாத், நீமக் என்று ஆக்ரா வரை பரவியது. அந்தப் பகுதிகளில் புரட்சிப்படை சூறையாடிவிட்டு, ஆயுதங்களுடன் டெல்லி நோக்கிப் புறப்பட்டது.

சிப்பாய்கள் கிளர்ச்சியில் ஈடுபட்டாலும் அந்தந்தப் பகுதியின் மன்னர்கள் பிரிட்டிஷாருக்கு ஆதரவாகத்தான் இருந்தனர். குறிப்பாக இந்தூர், குவாலியர், பரத்பூர் மன்னர்களைக் குறிப்பிடலாம். ஆனால் அந்தப் பகுதியைச் சார்ந்த புரட்சிப்படையினர் அரசுக் கட்டுப்பாடுகளை உதறிவிட்டு வெளியேறினர்.

ஆக்ராவில் இருந்த குடிமக்கள் அனைவரும் பிரிட்டிஷாருக்கு எதிராகப் புரட்சியில் ஈடுபடத் தொடங்கினர். அதனால் பிரிட்டிஷ் ஆதரவாளர்கள் ஏறத்தாழ 6,000 பேர் ஆக்ரா கோட்டைக்குள் நுழைந்து பதுங்கிக் கொண்டனர். அவர்களுள் பிரிட்டிஷாரும் கிறிஸ்தவ இந்தியர்களும் அவர்களின் பணியாளர்களும் அடங்குவர். புரட்சி அடக்கப்படும் வரை அவர்கள் கோட்டையைவிட்டு வெளியே வரவில்லை.

9. ஜேம்ஸ் நீலின் தாண்டவம்

அலகாபாத்துக்கு அருகில் இருந்த சிக்ரோலி என்ற நகர் காசி மாகாணத்தின் ராணுவப் படைத்தளமாக இருந்தது. 37வது காலாட்படையும் லூதியானாவின் சீக்கியர் படையும் ஒரு குதிரைப் படையும் அங்கு இருந்தன. பீரங்கிப் படையை பிரிட்டிஷாரே தங்கள் கைகளில் வைத்திருந்தனர். ஒருவேளை காசியில் புரட்சி வெடித்தால் அதனை அடக்க இந்தப் படை போதுமானது அல்ல என்பது பிரிட்டிஷ் உயரதிகாரிகளுக்குத் தெரியும்.

காசியின் தலைமை ஆளுநரான ஹென்றி டெக்கர் தங்கள் பாதுகாப்புக்கு மேலும் பிரிட்டிஷ் படைகளை அனுப்புமாறு கல்கத்தாவின் தலைமை ஆளுநர் கானிங்குக்குத் தகவல் அனுப்பினார். வடஇந்தியாவின் எல்லாப் பகுதியிலும் புரட்சி வெடிக்கத் தொடங்கியிருந்ததால் தலைமை ஆளுநர் கானிங் சிந்தித்தார். உடனடியாக அவரால் காசிக்குப் பெரும்படையை அனுப்பிவைக்க இயலவில்லை. 50பேர் கொண்ட சிறுபடையை மட்டுமே அவர் அனுப்பினார்.

இதற்கிடையில் 03.06.1857ல் கோரக்பூர், அசிம்கர் ஆகிய இடங்களிலிருந்த கஜானாக்களிலிருந்து ஏழு லட்ச ரூபாய் காசிக்குக் கொண்டு செல்லப்பட்டது. புரட்சிப் படையினர் அதைக் கொள்ளையடிக்க முயன்று, அதில் வெற்றிபெற்றனர். அசிம்கர் நகரை

எரியூட்டினர். இச்செய்தி காசிக்கு வந்து சேர்வதற்குள் தலைமை ஆளுநர் கானிங் அங்கு ஜேம்ஸ் நீல் என்பவரை அனுப்பி வைத்தார்.

ஜேம்ஸ் நீலுடன் வந்த பிரிட்டிஷ் சிப்பாய்களின் மொத்த எண்ணிக்கை 300க்குள்தான். ஆனால் காசியிலிருந்த சுதேசிச் சிப்பாய்களின் எண்ணிக்கையோ 2,000க்கு மேல். 300 பேரைக் கொண்டு 2,000 பேரின் ஆயுதங்களைப் பறிமுதல் செய்து, அவர்களின் படையைக் கலைத்து வீட்டுக்கு அனுப்புவது என்பது எளிய காரியமல்ல.

ஆனாலும் துணிந்து செய்ய முற்பட்டார் ஜேம்ஸ் நீல். பிரிட்டிஷ் சிப்பாய்களுக்கும் சுதேசிச் சிப்பாய்களுக்கும் இடையில் கடும் துப்பாக்கிச் சண்டை ஏற்பட்டது. அது இரவு முழுவதும் நீடித்தது. புரட்சிப்படையினர் காசி நகரின் கஜானாவைக் கொள்ளையடிக்க முயன்று தோற்றனர். காரணம், சீக்கியச் சிப்பாய்கள்தான். அவர்கள் பிரிட்டிஷாருக்கு மிகுந்த விசுவாசமாக இருந்தனர். ஒருவழியாக காசி கலவரம் முடிவுக்கு வந்தது.

காசிக்கு அருகிலிருந்த கோமதி நதிக்கரை நகரமான ஜவன்பூரில் கிளர்ச்சி தொடங்கியது. அங்கிருந்த கஜானா கொள்ளையடிக்கப்பட்டது. பிரிட்டிஷ் நீதிபதியும் ராணுவ அதிகாரியும் கொலை செய்யப்பட்டனர். இதற்கெல்லாம் ஜேம்ஸ் நீல் பழிதீர்க்க நினைத்தார். அவர் அனுப்பி வைத்த பிரிட்டிஷ் படையினர் கிராமம் கிராமமாக நுழைந்து அகப்பட்ட அப்பாவிகளையும் கிராமவாசிகளையும் கட்டியிழுத்து வந்து ஜேம்ஸ் நீலின் காலடியில் கிடத்தினர்.

போலியான விசாரணை நடத்தி அத்தனை பேரையும் கொன்றுவிட உத்தரவிட்டார் ஜேம்ஸ் நீல். சிலரது தலைகளை வெட்டினர். பலரைத் தூக்கிலிட்டனர். விளையாட்டாகப் புரட்சிக் குரல்கொடுத்த சிறுவர்களையும்கூட கொன்றனர். காசி மக்களைத் தூக்கிலிட மிகுதியான எண்ணிக்கையில் தூக்குமேடைகளை அமைக்க முடியாததால், அவர்களைச் சாலையோரத்தில் இருந்த மரக் கிளைகளில் தூக்கிலிட்டனர். ஒரு மரத்தில் பத்துக்கும் மேற்பட்டவர்களைத் தூக்கிலிட்டனர். அவ்வாறு தூக்கில் தொங்கிய புரட்சிப் படையினரின் உடல்கள் தூக்கணாங்குருவிக் கூடுகள்போலத் தொங்கின.

ஜேம்ஸ் நீல் பலரைக் கொலைசெய்ய வேண்டியிருந்ததால் அவருக்கு இந்தத் தூக்கிலிட்டுக் கொல்லும் பணி மிகுந்த நேரத்தை எடுத்துக் கொண்டது. அதனால் இதற்கு ஒரு சுருக்கமான வழியைத் தேர்ந்தெடுத்தார். ஒட்டுமொத்தமாக ஒரு கிராமத்தையே வளைத்து

நெருப்பிடத் தொடங்கினார். தீயிலிருந்து தப்பி ஓடியவர்களைப் பீரங்கிக் குண்டுகளால் சுட்டுக் கொன்றார். இதுபோலப் பல கிராமங்களுக்கு எரியூட்டினார்.

பொதுமக்களை இவ்வாறு வதைத்துக் கொன்ற ஜேம்ஸ் நீலின் குழு, புரட்சிப் படையினரை வேறுவிதமான சித்திரவதைக்கு உட்படுத்தியது. தங்கள் தலையின் தோல் கிழிந்து, ரத்தம் வழியவழிய அவர்கள் தலைமுடியைப் பறித்தெடுத்தனர். துப்பாக்கி முனையிலுள்ள கத்தியால் உடலின் பல பகுதிகளில் குத்தித் துளையிட்டனர். பசு, பன்றியின் பச்சை மாமிசங்களை உண்ணுமாறு சிப்பாய்களின் வாயில் திணித்தனர். இப்படியாக ஜேம்ஸ் நீல் தான் நினைத்தபடியெல்லாம் புரட்சிப் படையினரைச் சித்திரவதை செய்து கொன்றார்.

ஜேம்ஸ் நீலின் இத்தகைய கொடுமைகள் ஹிந்துஸ்தான் முழுக்கப் பரவின. அவரது வன்முறைச் செயல்களைப் பற்றி எழுத நினைத்த பிரிட்டிஷ் வரலாற்று ஆசிரியர்கள் கேய், மாலிசன் ஆகியோர், ‘ஜெனரல் நீல் பழிவாங்கிய வஞ்சகத்தின் கொடுமை பற்றி எதுவும் எழுதாமல் இருப்பதே நல்லது’ என்று குறிப்பிட்டுள்ளனர். அந்த அளவுக்கு ஜேம்ஸ் நீலின் தாண்டவம் அரங்கேறியது.

காசியில் ஜேம்ஸ் நீல் செய்ததுபோலவே அலகாபாத்திலும் பிரிட்டிஷார் நடந்துகொள்வார்களோ என்று சுதேசிச் சிப்பாய்கள் மனம் கலங்கினர். அந்த அச்சம் அவர்களை வெறிகொள்ளச் செய்தது. அலகாபாத் கர்னல் சிம்சன் பிரிட்டிஷாரின் குடும்பங்களுக்குப் பாதுகாப்புக் கொடுத்தார்.

06.06.1857ம் நாள் ஆறாவது சுதேசி அணிச் சிப்பாய்கள் கலகத்தில் இறங்கினர். பிரிட்டிஷார்கள் தாக்கப்பட்டனர். குதிரைப் படைத் தளபதி அலெக்ஸாண்டர் கொல்லப்பட்டார். அவர்களோடு மற்ற அணிச் சிப்பாய்களும் இணைந்துகொண்டனர். பீரங்கிகளைக் கைப்பற்றினர். பிரிட்டிஷாரின் வீடுகளையும் அலுவலகங்களையும் சூறையாடினர். தீயிட்டனர்.

கர்னல் சிம்சன் அலகாபாத் கோட்டைக்குள் சென்று அங்கிருந்த சீக்கியப் படையினரைத் தவிர மற்ற அனைத்து ஹிந்துஸ்தானி சிப்பாய்களிடமிருந்தும் ஆயுதங்களைப் பறிமுதல் செய்துவிட்டு, படையைவிட்டு விரட்டினார்.

புரட்சிப் படையினர் சிறைச்சாலைகளைச் சிதைத்தனர். தந்திக் கம்பங்களைச் சாய்த்து, தந்திக் கம்பிகளை அறுத்தனர். கர்னல் சிம்சனால் காக்கப்பட்ட பிரிட்டிஷாரின் குடும்பங்கள் அலகாபாத் கோட்டைக்குள் பாதுகாப்பாக இருந்தனர். ஆனால், கோட்டைக்கு

வெளியே பிரிட்டிஷாரின் உயிருக்கு எந்த நொடியிலும் அபாயம் இருந்தது. அலகாபாத் புரட்சித் தீயில் எரிந்துகொண்டிருந்தது.

காசியில் ஜேம்ஸ் நீல் செய்த வன்முறைக்குப் பதிலடியாகத்தான் அலகாபாத்தில்புரட்சிப்படையினர்வன்முறையில்இறங்கியிருந்தனர். அலகாபாத் சுதந்திர மாகாணமாக அறிவிக்கப்பட்டது. அலகாபாத் கிராமங்களில் சுதந்திரத்தின் சின்னமாக இஸ்லாமியப் பச்சைக் கொடிகள் ஏற்றப்பட்டன. அலகாபாத் சுதேசிச் சிப்பாய்களின் புரட்சி பத்து நாட்கள் வரை நீடித்தது.

பகதூர் ஷா

சுதேசிச் சிப்பாய்கள் அலகாபாத் கருவூலத்தைக் கைப்பற்றினர். அங்கிருந்த 30 லட்ச ரூபாயைக் கொள்ளையடித்தனர். அதை டெல்லிக்குக் கொண்டுசென்று பேரரசர் பகதூர் ஷாவின் காலடியில் வைக்க நினைத்தனர். ஆனால், சுதேசிச் சிப்பாய்கள் தம் கைச்செலவுக்காக அதிலிருந்து பணத்தை எடுத்துக்கொண்டனர். இறுதியில் பேரரசர் பகதூர் ஷாவின் காலடியில் வைக்கப் பணம் இல்லாமல் போனது.

சுதேசிச் சிப்பாய்களுக்குத் தலைமை ஏற்க லியாகத் அலி முன்வந்தார். அவர் மதபோதகராகவும் பள்ளி ஆசிரியராகவும் இருந்தார். புரட்சிப்படையினரை ஒருமுகப்படுத்தி வழிநடத்தினார். அவரையே டெல்லி பேரரசர் பகதூர் ஷாவின் பிரதிநிதியாக நியமித்தனர் புரட்சிப் படையினர். அலகாபாத்தில் புரட்சிப் படையினர் கட்டற்று நடத்திக் கொண்டிருந்த வன்முறைச் செயல்களுக்கு முற்றுப் புள்ளிவைத்து, அரசு அலுவல்களைச் சீரமைத்தார் லியாகத் அலி. மக்களைத் தன்வயப்படுத்திக் கொண்டு அலகாபாத்தின் கோட்டையைக் கைப்பற்றத் திட்டமிட்டார்.

கோட்டை முற்றுகை ஒருவார காலம் நீடித்தது. இதற்கிடையில் காசியிலிருந்து புறப்பட்ட ஜேம்ஸ் நீல் தம் படைகளுடன் அலகாபாத்துக்குள் நுழைந்தார். கோட்டைக்குள் நுழைந்து, பிரிட்டிஷார்களின் குடும்பத்தைப் பாதுகாப்பாக கல்கத்தாவுக்கு அனுப்பிவைத்தார். அங்கு காவலுக்கு நின்றிருந்த சீக்கியச் சிப்பாய்களை நம்ப மறுத்தார். அதனால் அவர்களைக் கோட்டைக்கு வெளியே காவலுக்கு நிறுத்தினார்.

ஜேம்ஸ் நீல் புரட்சிப்படையினருடன் கடும்போரில் ஈடுபட்டார். புரட்சிப் படை பின்வாங்கியது. லியாகத் அலி கான்பூருக்குத் தப்பியோடினார். பிரிட்டிஷாரை எதிர்த்தவர்களை எல்லாம் தேடிப்பிடித்துக் கொன்று குவித்தார் ஜேம்ஸ் நீல். அலகாபாத்தில் சிதறிக்கிடந்த உடல்களை நல்லடக்கம் செய்யக்கூட ஆட்கள் இல்லை. அந்த உடல்கள் வீதியில் கிடந்து, நைந்து அழுகத் தொடங்கின.

10. ஹியூ வீலரின் சமாதானக் கொடி

கான்பூரின் ராணுவத் தளபதி ஹியூ வீலர். ஹிந்துஸ்தானத்தில் பல்வேறு இடங்களில் சுதேசிச் சிப்பாய்கள் புரட்சி செய்வதைப் போலவே கான்பூரிலும் செய்வார்கள் என்று அவருக்குத் தகவல் வந்தது. ஆனால் அவர் தமது சுதேசிச் சிப்பாய்களின் மீது மிகுந்த நம்பிக்கையோடு இருந்தார். காரணம், அவர் சுதேசி வீரர்களிடம் அன்புடன் பழகிவந்தார்.

கான்பூருக்கு புதிய படைகளை ஆளுநர் சார்லஸ் ஜான் கானிங் பிரபு அனுப்பி வைத்தார். தங்களின் மீது நம்பிக்கை இல்லாமல்தானே இவ்வாறு பிரிட்டிஷ் அரசு செய்கிறது என்று நினைத்து கான்பூர் சிப்பாய்கள் வருத்தமடைந்தனர்.

ஒருவேளை கான்பூரிலும் சுதேசிச் சிப்பாய்கள் புரட்சியில் ஈடுபடத் தொடங்கிவிட்டால் அவர்களை அடக்க, தம்மிடமுள்ள படைபலம் போதுமானதாக இருக்காது என்று ஹியூ வீலர் நினைத்தார். அதனால், அவர் மராட்டிய பேஷ்வா நானா சாகிப்பிடம் உதவி கோர நினைத்தார்.

நானா அனைத்து பிரிட்டிஷ் உயரதிகாரிகளிடமும் அன்பு பாராட்டுவார், விருந்துக்கு அழைப்பார், அன்பளிப்புகளை வழங்குவார். அதனால் அவர் பிரிட்டிஷாருக்கு நெருக்கமானவர் என்று அனைத்து பிரிட்டிஷாரும் நம்பிவந்தனர். ஆனால் நானாவுக்குள் கொதித்துக் கொண்டிருந்த சுதந்திரத் தாகத்தை

அவர்கள் அறியாமல் இருந்தனர். நானாவும் தனது உண்மையான மனநிலையை யாரிடமும் வெளிப்படுத்தவில்லை. ஆனால் மறைமுகத் திட்டங்களில் ஈடுபட்டுவந்தார்.

ஹியூ வீலர் கேட்டதால் நானா ஒப்புக்கொண்டார். 400 வீரர்களை அனுப்பிவைத்தார். ஹியூ வீலர் கான்பூரின் கஜானாவைக் காக்கும் பொறுப்பையும் அவரிடம் ஒப்படைத்தார். அதை நானாவின் 200 சிப்பாய்கள் காவல் காத்தனர்.

திடீரெனப் புரட்சி வெடித்தால், பிரிட்டிஷாரின் குடும்பங்களைப் பாதுகாக்க வேண்டும் என்பதற்காக ஹியூ வீலர் கங்கை நதிக்கருகில் வலுவற்ற கோட்டை ஒன்றைக் கட்டினார். அது தற்காலிகத் தங்குமிடமாகத்தான் உருவாக்கப்பட்டது.

ஹியூ வீலருக்கு வந்துசேர்ந்த ஒற்றுச் செய்தி, 'புரட்சி ஈத் பண்டிகை நாளன்று நடைபெறும்' என்று கூறியது. ஹியூ வீலர் பதற்றத்தில் இருந்தார். ஆனால் ஈத் பண்டிகை அன்று எதுவும் நடைபெறவில்லை. ஊரே விழாக்கோலமாகத்தான் இருந்தது. அதனால் மகிழ்ச்சியடைந்தார். கான்பூரில் புரட்சியே ஏற்படாது என்று முழுமையாக நம்பினார். அந்த நம்பிக்கையில், லக்னோவில் நடைபெற்று வரும் சிப்பாய்ப் புரட்சியை அடக்குவதற்காகத் தமது படையின் சிறுபிரிவினை அங்கு அனுப்பிவைத்தார்.

இதற்கிடையில் டெல்லியை நோக்கிச் சென்றுகொண்டிருந்த புரட்சிப் படையினர் கான்பூரை நோக்கித் திரும்பினர். அவர்கள் மராட்டிய பேஷ்வா நானா சாகிப்பைச் சுதந்திர மன்னராக அறிவிக்க விரும்பினர். அதற்காகவே கான்பூருக்குத் திரும்பினர்.

சுதேசிச் சிப்பாய்களின் துப்பாக்கிகள் வெடிக்கத் தொடங்கின. கான்பூரில் சிப்பாய்களின் கலவரம் தொடங்கியது. புரட்சிப் படையினர் பிரிட்டிஷாரை வேட்டையாடினர். பிரிட்டிஷாரின் குடியிருப்புகளைத் தீயிட்டனர்.

மராட்டிய பேஷ்வா நானா சாகிப் கான்பூரின் ராணுவத் தளபதி ஹியூ வீலருக்கு ஒரு தகவலை அனுப்பினார். அதில், 'நாங்கள் நாளை கோட்டையைத் தாக்கப் போகிறோம்!' என்ற செய்தி இருந்தது. ஹியூ வீலர் அதிர்ச்சியடைந்தார். இத்தகைய தகவல் நானாவிடமிருந்து வரும் என்று அவர் கனவிலும் எதிர்பார்க்கவில்லை.

மராட்டிய பேஷ்வா நானா சாகிப்பிடம் 4,000 வீரர்கள் இருந்தனர். நானா வெளிப்படையாகப் புரட்சியில் இறங்கிவிட்டதால், கான்பூர் பொதுமக்கள் அனைவரும் அவர் பக்கம் சாய்ந்துவிட்டனர். மக்களின் முழு ஆதரவோடு நானா புரட்சியை வழிநடத்தினார்.

நானாவுடன் குறுநில மன்னர்களும் ஜமீன்தார்களும் பிரபுக்களும் இணைந்து கொண்டனர். தாந்தியா தோபே, அஸிமுல்லா கான் போன்றவர்கள் படைத்திட்டத்தை வகுத்தனர். நானாவின் சகோதரர்கள் உட்பட பலரும் படைத்தளபதிகளாக நியமிக்கப்பட்டனர்.

நானாவின் படையினர் கோட்டையை முற்றுகையிட்டனர். முற்றுகை தொடர்ந்தது. கோட்டைக்குள் பாதுகாப்பாக இருந்த பிரிட்டிஷார் நாட்கள் செல்லச் செல்ல உணவுக்கு வழியின்றித் தவித்தனர்.

ஹியூ வீலருக்கு உதவியாக வெளியிலிருந்து எந்த பிரிட்டிஷ் படையும் வரவில்லை. பசியைப் பொறுத்துக்கொள்ள முடியாத சில பிரிட்டிஷார் ஹியூ வீலருக்குத் தெரியாமல் கோட்டையைவிட்டு வெளியேறி, புரட்சிப் படையினரிடம் சரணடைந்தனர். இதையறிந்த நானா கோட்டையை வலுவாகத் தாக்கத் தொடங்கினார்.

முற்றுகை 21 நாள் நீடித்தது. வேறு வழியின்றிக் கோட்டையின் மீது சமாதானத்திற்கான வெள்ளைக் கொடியைப் பறக்கச் செய்தார் கான்பூரின் ராணுவ தளபதி ஹியூ வீலர்.

மராட்டிய பேஷ்வா நானா சாகிப்பின் தூதுவர் கோட்டைக்குள் நுழைந்து கான்பூரின் ராணுவத் தளபதி ஹியூ வீலரைச் சந்தித்து ஒரு கடிதத்தைக் கொடுத்தார்:

> ‘விக்டோரியா மகாராணியின் பிரஜைகளே! டல்ஹௌசியின் அரசியல் கொள்கைகளுக்குச் சம்பந்தமில்லை என்பவர்கள் எல்லாம் ஆயுதங்களைக் கீழே போட்டுவிட்டுச் சரணடையலாம். அப்படிச் சரணடைபவர்கள் அனைவரும் பாதுகாப்பாக அலகாபாத்துக்குக் கொண்டு சேர்க்கப்படுவார்கள்’.

இதனைத் தொடர்ந்து பிரிட்டிஷாருக்கும் புரட்சிப் படையினருக்கும் இடையே ஓர் ஒப்பந்தம் கையெழுத்தானது. அந்த ஒப்பந்தத்தில் பின்வரும் நிபந்தனைகள் விதிக்கப்பட்டிருந்தன.

1. பிரிட்டிஷார் ஒருவர் எஞ்சாமல் அனைவரும் கான்பூரைவிட்டு வெளியேறிவிட வேண்டும்.
2. பீரங்கிகள் முதலான அனைத்து ஆயுதங்களையும் புரட்சிப் படையினரிடம் ஒப்படைத்துவிட வேண்டும்.
3. பிரிட்டிஷ் அதிகாரிகள் மட்டும் தேவைப்பட்டால் ஆளுக்கொரு துப்பாக்கியை வைத்துக்கொள்ளலாம்.

4. பிரிட்டிஷாரை கங்கை நதி வழியாக அலகாபாத்துக்குக் கொண்டுசெல்லத் தேவையான உணவுப் பொருட்களோடு படகுகள் தயார்நிலையில் இருக்கும்.

5. கோட்டையிலிருந்து படகுத் துறைக்குச் செல்ல யானைகள், பல்லக்குகள் போன்ற வாகனங்கள் ஏற்பாடு செய்யப்படும்.

ஒப்பந்தத்தை வரிக்கு வரி நிறைவேற்றினார் மராட்டிய பேஷ்வா நானா சாகிப். கான்பூரின் ராணுவத் தளபதி ஹியூ வீலர் கோட்டையைவிட்டு வெளியேறிப் படகுத் துறைக்குச் சென்றார். கான்பூரிலிருந்த அனைத்து பிரிட்டிஷாரும் அங்கு நிறுத்தப்பட்டிருந்த 40 படகுகளின் வழியாக அலகாபாத் புறப்பட்டனர்.

படகுகள் சென்றுகொண்டிருந்தன. ஆனால் சிறிது நேரத்தில் படகோட்டிகள் கங்கைக்குள் குதித்துவிட்டனர். தாந்தியா தோபே சைகை காட்டினார். புரட்சிப் படையினரின் துப்பாக்கிகள் படகுகளை நோக்கிச் சுடத் தொடங்கின. துப்பாக்கிக் குண்டுகளுக்கு இரையான பிரிட்டிஷாரைவிட உயிருக்குப் பயந்து கங்கையில் விழுந்து இறந்த பிரிட்டிஷாரின் எண்ணிக்கை மிகுதி.

மூன்று படகுகள் மட்டுமே எஞ்சின. அவை கங்கையில் அலைக்கழிந்து நதியின் போக்கில் செல்லத் தொடங்கின. அவற்றுள் இரண்டு மட்டும் சாதி சௌதா நதிக்கரையில் ஒதுங்கின. அங்கு காவலுக்கு இருந்த புரட்சிப்படையினர் படகிலிருந்த 125 பிரிட்டிஷாரையும் கைது செய்தனர்.

ஒரு படகு மட்டும் கங்கையில் சென்று கொண்டிருந்தது. அதன்மீது புரட்சிப் படையினர் தொடர்ந்து துப்பாக்கிச் சூடு நடத்தினர். அந்தப் படகிலிருந்த கான்பூரின் ராணுவத் தளபதி ஹியூ வீலர் துப்பாக்கிக் குண்டு பட்டு இறந்தார்.

இறுதியாக, அந்தப் படகின் வழியாகத் தப்பித்த பிரிட்டிஷாரின் எண்ணிக்கை நான்கு மட்டும்தான். அவர்கள் பிரிட்டிஷ் ஆதரவாளரான விஜயசிங்கால் காப்பாற்றப்பட்டு அலகாபாத்துக்கு அனுப்பி வைக்கப்பட்டனர்.

கைது செய்யப்பட்ட 125 பிரிட்டிஷாருக்கும் மராட்டிய பேஷ்வா நானா சாகிப் மரணதண்டனை விதித்தார். கான்பூரில் அவர் ஆட்சி செய்யத் தொடங்கினார். அவரின் ஆட்சியை ஒழிக்க பிரிட்டிஷ் அரசு பெரும் படையினை அனுப்பியது. கடும் போருக்குப் பின்னர் கான்பூரை நானாவிடமிருந்து கைப்பற்றியது.

11. உள்நாட்டுப் பேரரசரும் வெளிநாட்டுப் பேரரசியும்

புரட்சிப் படையினர் டெல்லி சக்கரவர்த்தியைக் கடவுள்போல மதித்தனர். அதற்குக் காரணம் என்ன? டெல்லி சக்கரவர்த்தி பகதூர் ஷா பற்றி விரிவாகத் தெரிந்துகொள்ளாமல் அதற்கான காரணத்தை நம்மால் புரிந்துகொள்ள முடியாது.

பிரிட்டிஷாரின் அதிகாரம் இந்தியா முழுவதும் பரவியிருந்த காலகட்டம். தங்களது ஆட்சி விரிவாக்கத்திற்காக ராஜாக்கள், நவாப்கள் மட்டுமல்லாமல் டெல்லி முகலாய மன்னர்களின் ஆட்சியிலும் தலையிட்டனர். மன்னர்களுக்குப் பிறந்தநாள் பரிசளிக்கும் வழக்கத்தை நிறுத்தினர்.

இந்தச் சூழலில்தான் 1837ம் ஆண்டு பகதூர் ஷா ஜாஃபர் டெல்லி அரியணையில் ஏறினார். மக்கள் மத்தியில் பகதூர் ஷாவுக்கு இருந்த செல்வாக்கை முறியடிக்க பிரிட்டிஷார் செய்த முயற்சிகள் பல.

1847ம் ஆண்டு ஆங்கில அதிகாரி கெய்த் தன் மனைவிக்கு எழுதிய கடிதத்தில் இப்படிச் சொல்கிறார்:

> ‘நாளை ஈத் பெருநாள். முஸ்லிம்கள் மாடுகளைக் குர்பான் (பலி) கொடுப்பர். இந்துக்களின் புனித வழிபாட்டுக்கு உரியதான மாடுகளை முஸ்லிம்கள் குர்பான் கொடுப்பதா என்று இந்துக்கள் கொதித்தெழும் சூழலை உருவாக்கியுள்ளேன்.

எனவே நாளை டெல்லியில் இந்து-முஸ்லிம் கலவரத்தை எதிர்பார்த்துக் காத்திருக்கிறேன். நான் எதிர்பார்க்கும் நல்ல செய்தி அதுவாகத்தான் இருக்கும்.'

இப்படி பகதூர் ஷா ஆட்சியைச் சீர்குலைக்க இந்து-முஸ்லிம் கலவரத்தைத் தூண்டிவிடும் தன் எண்ணத்தை எழுதினார் கெய்த்.

இந்த நாசப் பின்னணியை அறிந்த பகதூர் ஷா ஈத் பெருநாளுக்கு முந்தைய நாள் இரவு, 'ஆடுகளை மட்டுமே குர்பான் கொடுக்கவேண்டும்; மாடுகளை வெட்டக் கூடாது' என்று பிரகடனப்படுத்தினார்.

நடக்க இருந்த கெய்த்தின் சூழ்ச்சி கானல் நீரானது. ஏமாற்றம் அடைந்த கெய்த் தனது மனைவிக்கு, 'என் எண்ணம் ஈடேறவில்லை. வருத்தமாக இருக்கிறது. பகதூர் ஷா முந்திக் கொண்டார்' என்று கடிதம் எழுதினார். இப்படி பிரிட்டிஷ் அரசாங்கம் பகதூர் ஷாவுக்குக் கொடுத்த இன்னல்கள் ஏராளம்.

பிரிட்டிஷாரை இந்தியாவை விட்டு விரட்ட தீவிரமாகச் சிந்தித்து வந்த பகதூர் ஷாவின் தலைமையில் மிகப்பெரிய திட்டம் உருவானது. 'இந்தியாவின் புதல்வர்களே! உறுதியுடன் முடிவு செய்து கொண்டோமேயானால், எதிரியை நொடியில் அழித்துவிட நம்மால் முடியும். அவனை முடித்து உயிரினும் அருமையான நமது நாட்டையும் சமயங்களையும் எதிர்ப்பட்டுள்ள அபாயங்களிலிருந்து காப்போம்' என்ற அரசுப் பிரகடனத்தைத் துணிச்சலுடன் வெளியிட்டார்.

தேசத்தின் சுதந்திர விரும்பிகளான ராஜாக்கள், நவாப்கள், சிறு பரப்புகளை ஆளும் தலைவர்கள் அனைவரையும் ஒருங்கிணைத்து, பிரிட்டிஷாருக்கு எதிரான ஒன்றுபட்ட போரைத் தொடுக்க திட்டம் வகுக்கப்பட்டது. அத்திட்டத்தைச் செயல்படுத்த 31.05.1857ம் நாளைத் தேர்ந்தெடுத்தனர்.

ஹிந்துக்களும் முஸ்லிம்களும் தோளோடு தோள் நின்று தேசத்தின் சுதந்திரத்திற்காகப் போர்புரிய வேண்டும் என்றும், இந்தியா சுதந்திரம் பெற்றதும் இந்திய மன்னர்களின் தலைமையில் ஐக்கிய அரசாங்கத்தை அமைக்க வேண்டுமென்றும் முடிவெடுத்தனர்.

இம்முயற்சியில் ஒன்றுபட்ட ஜான்ஸிராணி லக்ஷ்மிபாய், நானா சாஹிப், தாந்தியா தோபே, அவத் பேரரசி பேஹம் ஹஸரத் மஹல், பீஹாரின் சிங்கம் குன்வர்சிங், மௌல்வி அஹமது ஷா போன்ற ஹரியானா - ராஜஸ்தான் - மகாராஷ்ட்ர மன்னர்கள் ஒன்றுபட்டு, ஆங்கிலேயரை ஒழித்துக்கட்டும் மே 31ம் தேதிக்காகக் காத்திருந்தனர்.

ஹிந்துஸ்தான் சரித்திரத்திலேயே மிகப்பிரசித்திப் பெற்ற அந்த நாட்களை (1857 மே மாதம்) நாம் ஒரு காலத்திலும் மறக்கமுடியாது. இந்துக்களும் முஸ்லிம்களும் விரோதிகளல்ல என்பதும், சகோதரர்களே என்பதும், அப்போதுதான் உலகமறியப் பிரகடனம் செய்யப்பட்டது.

இந்தியாவில் பிற பகுதிகளைவிட டெல்லிதான் காலந்தோறும் அந்நியப் படையெடுப்புகளால் சீரழிந்துவந்தது. புரட்சிவீரர்கள் டெல்லியை நோக்கிச் சென்றதற்கு ஒரே காரணம், அதுதான் ஹிந்துஸ்தானத்தின் (இந்தியாவின்) இதயம் என்பதால்.

டெல்லியில் இந்தியக் கொடியை ஏற்றிவிட்டால், ஹிந்துஸ்தானமே தம் கைவசம் ஆகிவிடும் என்ற நினைப்பு புரட்சி வீரர்களுக்கு. இந்தியாவின் ராஜா அங்குதான் செங்கோலேந்தியபடி காத்திருப்பதாகப் புரட்சிவீரர்கள் கருதினர்.

அவர்களைப் பொறுத்தவரை, டெல்லியில் ராஜாவாக இருக்கும் பகதூர் ஷா ஜாஃபர்தான் தங்களை வழிநடத்தத் தகுதியானவர் என்று நினைத்தனர். அவரது வழிகாட்டுதலின் பேரில் அவருக்குச் சேவைகள் செய்துகொண்டு, இந்தியாவை அந்நியர்களிடமிருந்து காலந்தோறும் காப்பது என்று மனத்திற்குள் கங்கணம் கட்டிக்கொண்டனர். அவரைக் காண, இரவைக் கிழித்துக்கொண்டு விடியலை நோக்கிக் குதிரைகளில் விரைந்து கொண்டிருந்தனர்.

பிரிட்டிஷார், பகதூர் ஷா ஜாஃபரை ஒப்புக்குச் சப்பாணியாகத்தான் டெல்லியின் ராஜாவாக வைத்திருந்தனர். அதாவது, ஊதியம் மட்டுமல்ல; வாரிசுரிமையும் இல்லாத ஒரு பணியாளாக அவரைச் சும்மா வைத்திருந்தனர். அவர் எந்தப் பணியையும் செய்யவேண்டியதில்லை. அதாவது, செய்யக்கூடாது என்பதுதான் அவருக்கு பிரிட்டிஷார் இட்டிருந்த கட்டளை.

கோட்டை, கொடி, படை, அதிகாரம், பணபலம் ஆகிய எவையும் இல்லாத ஒரு டம்மி ராஜா. நல்ல தூக்கம், பொழுதுபோவதற்காகக் கொஞ்சம் கஜல் கவிதைகளைக் கேட்பது அல்லது முடிந்தால் கஜல் கவிதைகளை எழுதுவது எனத் தன்னுடைய 82வது வயதினை மெல்ல மெல்ல நகர்த்திக்கொண்டிருந்தார்.

இவர் இந்தியாவில் தன்னுடைய அரசுரிமையை நிலைநாட்டுவதற்காக, பிரிட்டிஷாருக்கு எதிராகப் புரட்சிசெய்ய பாரசீகத்திடம் உதவிகோருவதாக ஒரு வதந்தி பரவியது. அதனால் இவர் மீதும் பிரிட்டிஷார் ஒரு கண் வைத்திருந்தனர்.

இந்தியாவின் இதயமான டெல்லியும் அதன் ராஜாவும் இப்படி மிகவும் பலவீனமாக இருப்பது, பாவம் அந்தப் புரட்சிவீரர்களுக்குத்

தெரியாது. மீரட்டிலிருந்து டெல்லி ஏறத்தாழ 51 கிலோமீட்டர் தொலைவில் இருந்தது. புரட்சிவீரர்களில் ஒரு பகுதியினர் காலையில் யமுனையைக் கடந்தனர். அங்கு கண்ணில்பட்ட பிரிட்டிஷாரைக் கொன்றவாறு முன்னேறி டெல்லிக்குள் நுழைந்தனர்.

புரட்சிவீரர்கள் திரண்டுவருவதை அறிந்த கர்னல் ரிப்லி தன்னுடைய 54வது படைப்பிரிவுக்கு ஆணையிட்டார். அங்கிருந்த இந்தியச் சிப்பாய்களும் புரட்சிவீரர்களை ஒழித்துக்கட்டுவதாக கர்னலிடம் சத்தியம் செய்தனர்.

கர்னல் தன்னுடைய படைப்பிரிவினரோடு புரட்சிவீரர்களை எதிர்கொண்டார்.ஆனால்இந்தியச்சிப்பாய்கள்புரட்சிவீரர்களோடு கண்ணிமைக்கும் நேரத்தில் சேர்ந்துகொண்டு, பிரிட்டிஷாருக்கு எதிராகப் போரிடத் தொடங்கினர். முதலில் அவர்கள் கர்னல் ரிப்லிக்கைக் கொன்று தங்களின் தேசப் பற்றினைப் பறைசாற்றினர்.

இந்தியச் சிப்பாய்கள், புரட்சிவீரர்களைச் சகோதரத்துவத்தோடு கூடிய மரியாதையுடன் டெல்லி கோட்டையின் காஷ்மீர் வாயில் வழியாக உள்ளே அழைத்துச் சென்றனர். அதேநேரத்தில் புரட்சிவீரர்களின் மற்றொரு பகுதியினர் யமுனையைக் கடந்து, டெல்லி கோட்டையின் கல்கத்தா வாயிலை உடைத்துக்கொண்டு உள்ளே நுழைந்தனர். கண்ணில்பட்ட அனைத்து பிரிட்டிஷாரையும் கொன்று குவித்தனர். பிரிட்டிஷ் பெண்கள், குழந்தைகள் என யாரையும் விட்டுவைக்கவில்லை. டெல்லியில் பிரிட்டிஷ் ரத்தம் ஆறாக ஓடியது.

புரட்சிவீரர்களில் பலர் தம் குதிரைகளோடு அரண்மனைக்குள் நுழைந்து, தங்களின் பேரரசரின் திருமுகத்தைக் காணத் துடித்தனர். கஜல் கவிதைகளில் தன்னை மறந்து லயித்திருந்த பகதூர் ஷா ஜாஃபருக்குச் செய்தியைத் தெரிவித்தனர். அவர் பதறிப் போனார்.

டெல்லியை அடைந்த இந்தியச் சிப்பாய்களும் டெல்லியில் இருந்த இஸ்லாமியச் சிப்பாய்களும் இந்த எழுச்சிக்கு ஜாஃபர் தலைமை ஏற்கவேண்டும் என்று வற்புறுத்தினார்கள்.

'அந்நிய ஆட்சி வீழ்க! பேரரசர் பகதூர் ஷா வாழ்க!' என்ற முழக்கங்களுடன் மீரட்டில் திரண்ட ஆயுதம் தரித்த குதிரை வீரர்கள் 2,000 பேர், 'டெல்லி சலோ!' என்ற ஓங்காரக் குரலுடனும் ஓங்கிய வாளுடனும் ரிஸால்தார் ஹுஸைன் அலி தலைமையில் டெல்லி நோக்கிப் புறப்பட்டனர்.

இந்திய தேசிய ராணுவத்திடம் நேதாஜி சுபாஸ் சந்திர போஸ் 'டெல்லியை மீட்போம்! டெல்லி நோக்கிப் புறப்படுங்கள். டெல்லி

சலோ!' என்று 06.07.1944ம் நாள் மீட்புக் குரல் கொடுத்தார். நேதாஜியின் வீர முழக்கத்திற்கு முன்னோடியாக மீரட் சிப்பாய்கள் ரிஸால்தார் ஹுஸைன் அலி தலைமையில் 'டெல்லி சலோ!' என்ற முழக்கத்துடன் டெல்லி நோக்கிப் புறப்பட்டிருக்கின்றனர். முழக்கம் ஒன்றே என்றாலும் நேதாஜியின் கோஷத்திற்கும் இதற்கும் வேறுபாடு உண்டு. நேதாஜியின் முழக்கம் தேசத்தை மீட்பதற்கான உணர்ச்சியின் வீர வெளிப்பாடாகும்.

மீரட் சிப்பாய்களின் முழக்கமோ தேச மீட்புக்காக, இந்திய தேசம் பேரரசர் பகதூர் ஷா ஜாஃபரின் தலைமையை ஏற்பதற்கான பிரகடனமாக அமைந்தது. பேரரசர் பகதூர் ஷாவை இந்தியப் பேரரசின் தலைவராக அறிவித்து டெல்லியில் திரண்ட குதிரைப் படை வீரர்களுடன், டெல்லியில் இருந்த காலாட்படையினரும் இணைந்தனர். புரட்சி வெடித்தது. கர்னல் ரிப்லி போன்ற உயரதிகாரிகள் கொலை செய்யப்பட்டனர்.

பிரிட்டிஷ் அரசு தனது இரும்புக்கரம் கொண்டு முழு வேகத்துடன் இக்கலகத்தை ஒடுக்கியது. அதில் கைதான – கொல்லப்பட்ட – தூக்கிலேற்றப்பட்டவர்களின் எண்ணிக்கை, எண்களின் பின்னால் பூஜ்ஜியங்களை அடுக்கும் விதத்தில் பாதிப்பின் உச்சமாக இருந்தது.

1857ம் ஆண்டு நாடு தழுவிய புரட்சி பிரிட்டிஷாருக்கு எதிராகப் புறப்பட்டது. இந்துக்களும் முஸ்லிம்களும் ஒருங்கிணைந்து வீரப்போரைத் தொடங்கினர்.

கானிங்

சார்லஸ் ஜான் கானிங் பிரபு சிப்பாய்க் கிளர்ச்சியின்போது, பிரிட்டிஷ் இந்தியாவின் டல்ஹௌசிக்குப் பின்னர் தலைமை ஆளுநராக 28.02.1856 முதல் 21.03.1862 வரை பதவி வகித்தவர். இவர் இதற்கு முன்பு 1836ம் ஆண்டில் கன்சர்வேடிவ் கட்சியின் சார்பாக, வார்விக் நாடாளுமன்றத் தொகுதியிலிருந்து, பிரிட்டிஷ் நாடாளுமன்ற உறுப்பினராகத் தேர்ந்தெடுக்கப்பட்டார்.

1841ம் ஆண்டில் பிரிட்டிஷ் அமைச்சரவையில் வெளியுறவுத் துறையில் துணைச் செயலராகப் பதவியில் இருந்தார். 1846ம் ஆண்டில் பிரிட்டிஷ் ராஜ்ஜியத்தின் வனத்துறை முதல் ஆணையாளராகப் பதவி வகித்தார். 1853 முதல் 1855ம் ஆண்டு வரை ஐக்கிய ராஜ்ஜியத்தின் அஞ்சல் துறையில் தலைமை அஞ்சல் அலுவலராகப் பதவி வகித்தார்.

இவர் பிரிட்டிஷ் – இந்தியாவின் தலைமை ஆளுநராக இருந்தபோது பின்வரும் செயல்களைச் செய்தார்.

1. 1856ல் விதவை மறுமணச் சட்டம் நிறைவேற்றப்பட்டது.
2. வடஇந்தியா முழுவதும் நடந்த சிப்பாய்ப் புரட்சியை ஒடுக்கினார்.
3. 1858ல் பிரிட்டிஷ் இந்தியாவின் தலைநகரம் கல்கத்தாவிலிருந்து டெல்லிக்கு மாற்றப்பட்டது.
4. சென்னைப் பல்கலைக்கழகம், பம்பாய்ப் பல்கலைக்கழகம், கல்கத்தா பல்கலைக்கழகம் ஆகியன 1858ம் ஆண்டு நிறுவப்பட்டன.
5. பிரிட்டிஷ்-இந்திய அரசின் நிர்வாகத்தை மேம்படுத்த இந்திய அரசுச் சட்டம், 1858ம் ஆண்டு ஐக்கிய ராஜ்ஜியத்தின் நாடாளுமன்றத்தில் நிறைவேற்றப்பட்டது.

எழுச்சியின் விளைவாக, முதலில் கான்பூரைப் புரட்சிப் படையினர் கைப்பற்றினர். அவர்களிடமிருந்து கான்பூரை மீட்க பிரிட்டிஷார் போராடினர். சர் ஹியூ வீலர் என்ற ஆங்கிலேயரின் தலைமையில் 300 படைவீரர்கள் உள்பட 900 பேர் இருந்தனர். நானா சாகிப் எனும் இந்தியத் தலைவரின் தலைமையில் புரட்சிப் படைவீரர்களும் வணிகர்களுமாக 4,000 பேர் இருந்தனர்.

இருதரப்பினரும் கடுமையாக மோதிக்கொண்டனர். மொத்தம் 20 நாட்களுக்குச் சண்டை நீடித்தது. முடிவில் பிரிட்டிஷ் தரப்பில் ஐந்து ஆண்களும் இரண்டு பெண்களுமாக ஏழு பேர்தான் உயிருடன் மிஞ்சினர். அதே நேரத்தில், புரட்சிக்காரர்கள் தரப்பில் அனைவருமே வீரமரணம் அடைந்தனர். பக்கத்து ஊர்ப் படைகள் வந்து சேர்ந்தவுடன் மீண்டும் கான்பூர் பிரிட்டிஷார் வசமானது. நானா சாகிப் தலைமறைவானார்.

இதுதான் ‘சிப்பாய்க் கலகம்’ என பிரிட்டிஷாராலும், ‘முதல் இந்திய சுதந்திரப் போர்’ என இந்தியர்களாலும் போற்றப்படுகிறது. இதில் டெல்லியில் மட்டும் 27 ஆயிரம் முஸ்லிம்கள் நாட்டுக்காக உயிர் துறந்தனர்.

1857 புரட்சிக்குப் பிறகு பகதூர் ஷாவிடம் இருந்து டெல்லியை பிரிட்டிஷார் கைப்பற்றினர். டெல்லியிலிருந்த முஸ்லிம்கள் தங்கள் வீடுகளையும் உடைமைகளையும் விட்டுவிட்டு வெளியேற பிரிட்டிஷார் நிர்ப்பந்தம் செய்தனர். வேறு வழியின்றி முஸ்லிம்களும் வெளியேறினர். அவர்களுடைய வீடுகளை ஆங்கிலேயர் பறிமுதல் செய்தனர்.

1859 வரை அவர்கள் திரும்ப வந்து குடியேற அனுமதிக்கப்படவில்லை. முஸ்லிம்களின் அசையாச் சொத்தின் மதிப்பில் நூற்றில்

முப்பத்தைந்து பங்கினைத் தங்களை எதிர்த்துப் போராடியதற்காக பிரிட்டிஷ் அரசு தண்டமாக அபகரித்தது. மாமன்னர் பகதூர் ஷா குடும்பத்துடன் கைது செய்யப்பட்டு ஜீனத் மஹல் மாளிகையில் சிறை வைக்கப்பட்டார்.

சிப்பாய்களின் எழுச்சியின்போது தன்னுடைய மாளிகையில் ஆண்கள் பெண்கள் குழந்தைகள் என்று 52 ஆங்கிலேயர்களைத் தன்னுடைய பாதுகாப்பில் வைத்திருந்தார். சிப்பாய்கள் இவர்களைக் கண்டுபிடித்து எல்லோரையும் வெளியே இழுத்து வந்தார்கள்.

சிப்பாய்களின் இந்தச் செய்கையால் ஜாஃபர் திகைத்துப்போய் நின்றார். பிறகு சிப்பாய்கள் என்ன செய்ய உத்தேசித்துள்ளார்கள் என்பதை உணர்ந்துகொண்டு, சிப்பாய்களை இந்து மற்றும் முஸ்லிம் என்று தனித்தனியே நிற்க உத்தரவிட்டார்.

பிறகு இரு சாரார்களிடமும், நிராயுதபாணியான ஆண்கள், பெண்கள், குழந்தைகளைக் கொல்வதற்கு உங்கள் மதம் அனுமதி தருகிறதா என்று அவரவர் மதகுருமார்களிடம் கேட்டுத் தெரிந்துகொள்ளுமாறு வேண்டினார். “இவர்கள் கொல்லப்படுவதை என்னால் அனுமதிக்க முடியாது” என்றார்.

சிப்பாய்கள் மனம் இரங்கா நிலையைக் கண்டு ஜாஃபர் அழத் தொடங்கினார். “அப்பாவிகளான இவர்களுடைய உயிரைப் பறிக்கவேண்டாம்” என்று வேண்டிக் கொண்டார்.

“எச்சரிக்கையாய் இருங்கள். இந்தக் கொடூரமான செயலைச் செய்து முடித்தால் கடவுளின் சாபம் நம் எல்லோர்மீதும் விழும். இந்த நிராயுதபாணிகளை எதற்காகக் கொல்லவேண்டும்” என்று கெஞ்சினார். ஆனாலும் அவர்கள் கொல்லப்பட்டார்கள்.

கலகவாதிகளான புரட்சியாளர்களுக்கு உதவி செய்தார். 47 பிரிட்டிஷாரைக் கொலை செய்தார் எனப் பல குற்றங்களைப் பகதூர் ஷா மேல் சுமத்தி, அவரைக் கண்கள் குருடாக்கப்பட்ட நிலையில் பர்மாவிலுள்ள ரங்கூனுக்கு பிரிட்டிஷ் அரசு நாடு கடத்தியது. சூஃபி ஞானியைப் போல் அவர் தன் முன்னுள்ள வாழ்க்கையைப் பெருந்தன்மையோடு ஏற்றுக்கொண்டார்.

மன்னராக இருந்தவர் என்கிற காரணத்தினால் மாதம் 600 ரூபாய் உபகாரச் சம்பளம் வழங்க பிரிட்டிஷ் அரசு முன்வந்தது. “என் மண்ணின் செல்வத்தை எடுத்து எனக்கே கொடுப்பதற்கு நீ யார்?” என்று அதை ஏற்க மறுத்துவிட்டார்.

கேப்டன் ஹாட்ஸன், பகதூர் ஷாவின் மூன்று இளவல்களைச் சுட்டுக் கொன்றான். அந்த உடல்கள் காவல்நிலையத்திற்கு

முன்பாகக் கழுகுகளுக்கு இரையாகும்படி எடுத்தெறியப்பட்டன. வெகுநேரம் அவை கழுகுகளுக்கு உணவான பின்னர்தான் ஆற்றில் எறியப்பட்டன. தாய் மண்ணில் இனி சமாதியாகும் பாக்கியம் தனக்குக் கிடைக்காது என வருந்தியவராக, இறந்த பின்னர் தன்னை அடக்கம் செய்யும் சமாதியில் தூவ ஒருபிடி இந்திய மண்ணைக் கையில் அள்ளியவராக ரங்கூனுக்குக் கப்பல் ஏறினார். 07.11.1862ம் நாள் தனது 92ம் வயதில் ரங்கூனில் காலமானார்.

மாமன்னர் பகதூர் ஷா அவர்கள் வெள்ளையர்களின் நயவஞ்சகத் தனத்தால் ஒடுக்கப்பட்டபின் அவருக்கு அடுத்து அதே வழியில் சுதந்திரப் போராட்டப் பயணத்தைத் தொடங்கினார் நேதாஜி சுபாஷ் சந்திரபோஸ். நேதாஜி தேச விடுதலைக்காக ஜப்பானியரின் உதவி வேண்டி, பர்மாவைத் தளமாகக் கொண்டு படைதிரட்டிக் கொண்டிருந்த காலத்தில் ரங்கூன் யார்க் சாலையில் உள்ள பகதூர் ஷாவின் சமாதியைப் பல லட்சரூபாய் செலவில் புதுப்பித்தார்.

பகதூர் ஷா சமாதியில் இருந்து ஒருபிடி மண்ணை எடுத்து, தமக்கு மக்கள் அன்புடன் அளித்த தங்க வாளின் பிடியில் அடைத்து, அவ்வாளினை ஓங்கிப் பிடித்தவராக, “இந்த மஹானிடம் இருந்தது போல் தேசபக்தியும் நெஞ்சில் நம்பிக்கையும் நம் வீரர்களிடம் அணுவளவாவது இருக்கும் வரை, இந்துஸ்தான் வாள் மிகக் கூர்மையாக இருப்பதுடன், ஒருநாள் லண்டனின் வாசற்படியையும் தட்டும்!” என்று சபதமேற்றார்.

20.06.1857ம் நாள் இறுதிப் போராளிகளும் குவாலியரில் தோற்கடிக்கப்பட்டனர். 1857 முடிவிலிருந்து பிரிட்டிஷார் வெற்றிபெறத் தொடங்கி விட்டனர். மார்ச் 1858ம் ஆண்டு லக்னோ மீட்கப்பட்டது. அமைதி ஒப்பந்தம் கையெழுத்தாகி, போர் முடிவுக்கு வந்தது.

1859ம் ஆண்டில் கிளர்ச்சிப் படைத் தலைவர்களான பகத் கானும் நானா சாஹிப்பும் கொல்லப்பட்டார்கள். பிரிட்டிஷார் பழைய முகலாய வழக்கப்படி, கிளர்ச்சியாளர்களைப் பீரங்கி வாயில் கட்டிச் சுட்டு வீழ்த்தினார்கள். இரு தரப்புமே கொடுமைகளை இழைத்ததாகக் கருதப்பட்டாலும், இந்தியத் தரப்பில் இறந்தவர்கள் எண்ணிக்கை மிக அதிகம்.

இந்தப் புரட்சி இந்தியாவில் பிரிட்டிஷாரின் கிழக்கிந்திய கம்பெனியின் ஆட்சியை ஒரு முடிவுக்குக் கொண்டு வந்தது. ஆகஸ்ட் மாதம் 1858ம் ஆண்டு ராணியின் பிரகடனத்தின் பேரில் அதிகாரம் பிரிட்டிஷ் ராணியிடம் சென்றது.

இந்திய நிலவரங்களைக் கவனிக்க ஒரு செயலர் நியமிக்கப்பட்டார். அரசியின் வைஸ்ராய் தலைமை நிர்வாக அதிகாரியாகச் செயல்பட ஆரம்பித்தார். அவர்கள் சீர்திருத்தத்தில் ஈடுபட்டு, இந்திய உயர் சாதியினரை அரசில் ஒருங்கிணைத்து, பிரிட்டிஷ் கிழக்கிந்திய கம்பெனியை முடிவுக்குக் கொண்டு வந்தார்கள்.

ராணுவ ரீதியாக இந்தப் புரட்சி, பிரிட்டிஷ் இந்தியாவின் சுதேசி, ஐரோப்பிய ராணுவங்களை உருமாற்றியது. சுதேசிப் படைகளுக்கு இணையாக பிரிட்டிஷாரின் படைப்பிரிவுகள் அதிகரிக்கப்பட்டன. பிரிட்டிஷாருக்கு விசுவாசமாக இருந்த கூர்க்கா பிரிவுகள் போன்றவை தக்கவைக்கப்பட்டு, அவை அதிகரிக்கப்பட்டன. இந்தியாவில் கிளர்ச்சிக்குப் பிறகு 20ம் நூற்றாண்டு தொடக்கம் முதல் இந்த மாற்றங்கள் ஏற்படுத்தப்பட்டன.

மூன்று மாகாணங்களான வங்காளம், மதராஸ், பம்பாய் ஆகியவற்றில் கிழக்கிந்திய கம்பெனியின் ஐரோப்பியப் படைகள் ராணியின் படையாக மாற்றம் அடைந்தன. இது 1859ம் ஆண்டு வெள்ளையர்களின் ராணுவப் புரட்சியாக வெடித்தது. ஏனென்றால், கம்பெனியின் ராணுவமாகச் சேர்ந்த ஐரோப்பியத் துருப்புக்கள், பிரிட்டிஷ் ராணுவத்தில் மீண்டும் இணைய பெரும் வெகுமதியை எதிர்பார்த்தார்கள். அவர்கள் இந்த மாற்றத்தைக் கடுமையாக எதிர்த்தார்கள். பிரிட்டிஷ் ராணுவம் இதுவரை கண்டிராத மிகப்பெரிய எதிர்ப்பை வங்காளத்தின் ஐரோப்பியத் துருப்புக்கள் செய்தன. இதனால் இந்திய அரசு அவர்கள் வெளியேறுவதை ஏற்றுக் கொண்டது. இதைப் பத்தாயிரம் பேர்கள் ஏற்றுக் கொண்டார்கள். இந்த எதிர்ப்பு இந்தியாவிலிருந்த ஐரோப்பியப் படைகளை ராணியின் படையின் அதிகாரத்தின் கீழ் வைத்தது.

வைஸ்ராய் நிலப் பறிப்பை நிறுத்தி, மதச் சகிப்புத்தன்மையை வலியுறுத்தி, இந்தியர்களை சிவில் சேவைகளில் அனுமதித்தார், ஆனால் துணைப் பதவிகளில் மட்டுமே.

ரங்கூனுக்கு நாடு கடத்தப்பட்ட ஜாஃபர், அங்கே 1862ம் ஆண்டு இறந்தார். இது முகலாயப் பரம்பரையை முடிவுக்குக் கொண்டு வந்தது. 1877ம் ஆண்டு பிரதம மந்திரி பெஞ்சமின் டிஸ்ரேலியின் ஆலோசனையின் பேரில் விக்டோரியா மகாராணி இந்தியாவின் பேரரசியாக முடிசூட்டிக் கொண்டார்.

12. வரலாற்று முரண்

சிப்பாய்ப் புரட்சியின் தோல்விக்கான காரணமாக சுவாமி விவேகானந்தர் குறிப்பிட்டதை இங்கு நினைவுகூர்வது சிறப்பாக இருக்கும்.

> 'கடலில் எழும் பல்லாயிரக்கணக்கான அலைகளில் ஏதாவது ஒன்றுதான் கரையைக் கபளீகரம் செய்யும் அளவிற்கு வலிமையுடையதாக இருக்கும். அத்தகைய அலையினைப் பார்த்தவர்களால் பிற அலைகளை நினைவில் வைத்துக்கொள்ள முடியாது. அவர்களின் கனவுகளில் அந்தப் பேரலை வந்து வந்து போகும்.'

இந்திய சுதந்திரப் போருக்கு அடித்தளமிட்ட முதல் பேரலையை யாராலும் மறக்க முடியாது. அது உண்மையிலேயே பேரலைதானா என்று நீங்கள் கேட்பீர்கள். 'அது பேரலை அல்ல என்றால், உங்களால் அதனை நினைவில் வைத்துக்கொள்ள முடியாதே' என்பதுதான் என் பதில்.

இந்திய சுதந்திரப் போருக்குப் பிள்ளையார்ச்சுழி போட்ட நிகழ்வுகள் பல இருப்பினும் அப்போருக்கு முதல் அத்தியாயமாக அமைவது பொ.யு.1857ம் ஆண்டு சிப்பாய்களால் நிகழ்த்தப்பட்ட போர்தான். சிப்பாய்கள் நடத்திய அந்தப் போரினைக் 'கலகம்' என்றும் 'புரட்சி' என்றும் பலரும் தனித்தனியே குறிப்பிடுகின்றனர்.

‘கலகம்’ என்பது சண்டை அல்லது சச்சரவைக் குறிக்கும். ‘சச்சரவு’ என்பது வாக்குவாதம், தகராறு போன்றவற்றைக் குறிக்கும். கலகம் ஏற்பட ஒரு சிறு மனவேறுபாடு போதுமானது. உடனே கலகம் பிறந்துவிடும். எல்லாக் கலகமும் விரைவில் முடிவுக்கும் வந்துவிடும். அதன் பாதிப்பு மிகச் சிறியதாகவே இருக்கும். காலம் செல்லச் செல்ல கலகம் அனைவராலும் மறக்கப்பட்டுவிடும்.

‘புரட்சி’ என்பது, புதிய திருப்பம் என்பதனைக் குறிக்கும். ஒரு நிலையினைத் தலைகீழாக்கிப் புரட்டிப் போடுவது புரட்சி. அது திரும்பப்பெற முடியாத மாற்றமாக அமைந்துவிடும். புரட்சி தோன்றுவதற்குக் காலம் கனியவேண்டும். ஏற்ற முறைகளும் கருத்தியலும் தூண்டலும் ஒருங்கிணைய வேண்டும். எல்லாம் சேர்ந்து ஓர்மை பெற்றால்தான் புரட்சி வெடிக்கும். அதன் பாதிப்பு பெருமளவில் இருக்கும். அந்தப் பாதிப்பு யாராலும் எக்காலத்திற்கும் மறக்க முடியாததாக இருக்கும்.

அப்படியானால், பொ.யு.1857ம் ஆண்டு சிப்பாய்களால் நிகழ்த்தப்பட்டது ஒரு போருக்கான புரட்சி. ஒரு போருக்கான தலைவாசலை ‘ரிப்பன் வெட்டித் தொடங்கி வைத்த’ பெரும் பங்களிப்பு வடஇந்தியச் சிப்பாய்களுக்கும் உண்டு.

> “இந்திய ராணுவ வீரன் ஒருவனாவது போர்க்களத்தில் கோழையாக நடந்து கொண்டது உண்டா? இல்லை. ஆனால், அவர்களுக்குத் தலைவன் வேண்டும். படைத் தளபதியான ஸ்ட்ராங் என்ற பெயருடைய எனது ஆங்கிலேய நண்பர் சிப்பாய்க் கலகம் நிகழ்ந்தபோது இந்தியாவில் இருந்தார். அதுபற்றி அவர் கதை கதையாகச் சொல்வது உண்டு. போதிய அளவுக்குப் பீரங்கிகள், வெடிமருந்துகள், தேவையான மற்ற பொருட்கள் அனைத்தும் இருந்ததுடன், பயிற்சிபெற்ற போர்வீரர்கள் இருந்தும் சிப்பாய்கள் ஏன் அப்படித் தோல்வி அடைந்தார்கள் என்று ஒருநாள் நான் அவரிடம் கேட்டேன். அதற்கு அவர், ‘தளபதிகள் தலைமை தாங்கி முன்னே செல்லாமல், பின்னே வசதியான இடத்தில் இருந்துகொண்டு, ’வீரர்களே! முன்னேறுங்கள், தாக்குங்கள்’ என்றெல்லாம் ஆணை பிறப்பித்துக் கொண்டிருந்தனர். தளபதி முன்வந்து மரணத்தை எதிர்கொள்ளாவிட்டால், சாதாரண படை வீரர்கள் போரிடுவார்களா என்ன? எல்லாத் துறைகளிலும் இதுதான் நிலைமை!. தளபதி தலை கொடுக்கவும் தயாராக இருக்கவேண்டும். தலைகொடுக்க முடியுமானால் மட்டுமே தலைவனாக முடியும். ஆனால் நாமோ தியாகமோ வேதனையோ எதுவும் இல்லாமல் தலைவனாக விரும்புகிறோம். அதனால்தான் எதுவும் நடக்கவில்லை...”

(எனது பயணம், ஸ்ரீ ராமகிருஷ்ண மடம் வெளியீடு, பக். 46, சுவாமி விவேகானந்தர்.)

29.03.1857ம் நாள் தொடங்கிய இந்த மலர்ந்த கலகம் – காய்த்த புரட்சி – கனியாத போர்.

தமிழ்நாட்டில் வேலூர்க் கோட்டையில் 10.07.1806ம் நாள் சிப்பாய்கள் புரட்சியில் ஈடுபட்டனர். அதற்கான காரணம், 1799ம் ஆண்டில் திப்புசுல்தான் கொல்லப்பட்ட பின்னர் அவரின் குடும்பத்தாரை பிரிட்டிஷார் வேலூர்க் கோட்டையில் சிறைப்படுத்தி இருந்தனர். அவர்கள் சிறையில் விதிக்கப்பட்ட புதிய சட்டங்களை எதிர்த்துக் கலகத்தில் குதித்தனர். இக்கலவரத்தில் அங்கிருந்த 350 பிரிட்டிஷாரில் 100க்கும் மேற்பட்டவர்கள் கொல்லப்பட்டனர். இதுவே இந்திய விடுதலைக்கான முதல் எழுச்சி என்றும் சொல்லப்படுகிறது. இந்த நிகழ்வின் 200ம் ஆண்டைக் கொண்டாடும் வகையில் இந்திய அஞ்சல்துறை நினைவு அஞ்சல் தலையை 10.07.2006ம் ஆண்டு வெளியிட்டது.

ஆனால், 1857ம் ஆண்டு மீரட்டில் நடைபெற்ற சிப்பாய்ப் புரட்சியைத்தான் வடஇந்தியர்கள் மட்டுமல்லாமல் அனைத்து இந்தியரும் ‘இந்திய விடுதலைக்கான முதல் புரட்சி’ என்று கொண்டாடுகிறார்கள்.

துணை புரிந்தவை

தமிழ் நூல்கள்

1. சு.இலந்தை இராமசாமி, இந்தியச் சுதந்திரப் போராட்டம், கிழக்கு பதிப்பகம், சென்னை, 2016.

2. உமா சம்பத், 1857–சிப்பாய்ப் புரட்சி, கிழக்கு பதிப்பகம், சென்னை, 2009.

3. கமலா கந்தசாமி, இந்தியச் சுதந்திரப் போராட்ட வீரர்கள் 50 பேர், நர்மதா பதிப்பகம், சென்னை.

4. கா.மோகன்ராம், 1857 எழுச்சியின் பேரோசை, வாசல் வெளியீடு, சென்னை, 2008.

5. ஜி.சட்டோபாத்யாய், பத்தொன்பதாம் நூற்றாண்டின் முற்பகுதியில் வங்காளத்தில் விழிப்புணர்வு, முற்போக்கு பப்ளிஷர்ஸ், கல்கத்தா, 1965.

6. ப.சரவணன், இந்தியச் சுதந்திரப் போராட்ட வீரர்கள், கிழக்கு பதிப்பகம், சென்னை, 2014.

7. சுவாமி விவேகானந்தர், எனது பயணம், ஸ்ரீராமகிருஷ்ண மடம் வெளியீடு, சென்னை.

8. சௌதுரி, ஆர்., யங் இந்தியா: எ பெங்கால் எக்ளோக்: அல்லது இறைச்சி உண்ணுதல், இனம் மற்றும் சீர்திருத்தம் காலனித்துவ கவிதையில்,

தலையீடுகள்: போஸ்ட் காலனித்துவ ஆய்வுகளின் சர்வதேச இதழ், ரூட்லெட்ஜ், தொகுதி 2, எண் 3, 2000.

9. திவான், செ., விடுதலைப் போரில் வீரமிகு முஸ்லீம்கள், சுகைனா பதிப்பகம், திருநெல்வேலி, 2004.

10. தீர்த்தங்கர் ராய், தமிழில் - எஸ். கிருஷ்ணன், கிழக்கிந்திய கம்பெனி, கிழக்கு பதிப்பகம், சென்னை, 2015.

11. நிக் ராபின்ஸ், தமிழில் – ராமன் ராஜா, கிழக்கிந்திய கம்பெனி ஒரு வரலாறு, கிழக்கு பதிப்பகம், 2012.

12. பாரி பரமேஸ்வரன், சு, இந்திய அரசியல் அமைப்பு வரலாறு, ஷான்லாக்ஸ் பதிப்பகம், 2015.

13. ரோமா, வி. எஸ்., இந்தியச் சுதந்திரப் போராட்ட வீரர்கள், நோஷன் பிரஸ்.

14. வீர சாவர்க்கர், தமிழில் ஜெயமணி சுப்ரமணியம், எரிமலை அல்லது இந்திய சுதந்திர யுத்தம், சக்தி காரியாலயம், 1951.

ஆங்கில நூல்கள்

1. Badri narayan tiwari, Reactivation the past–Dalits and memories of 1857, Economic and political weekly, May 12, 2007.

2. Barun de, The call of 1857, Frontline, June 16–29, 2007.

3. Joshi, P.C. Ed., Rebellion 1857, National Book Trust.

4. Kaushik roy, The beginning of people's war in India, Economic and political weekly, May 12, 2007.

5. Kim Ati Wagner, Amritsar 1919: An Empire of Fear and the Making of a Massacre. Yale University Press, New Haven, 2019.

6. Kim Ati Wagner, Rumours and Rebels: A New History of the Indian Uprising of 1857. Peter Lang, Oxford, 2017.

7. Kim Ati Wagner, Stranglers and Bandits: A Historical Anthology of Thuggee. Oxford University Press, New Delhi, 2009.

8. Kim Ati Wagner, The Skull of Alum Bheg: The Life and Death of a Rebel of 1857. Oxford University Press, Oxford, 2018.

9. Kim Ati Wagner, Thuggee: Banditry and the British in Early Nineteenth–Century India. Palgrave Macmillan, Basingstoke, 2007.

10. Nayar, K, Ed., The Penguin 1857 reader, Penguin.

11. Rudrangshu Mukherjee, Mangal Pandey: Brave Martyr Or Accidental Hero, Penguin Books India Pvt Ltd, 2005.

12. Swarupa gupta, 1857 and ideas about nationhood in bengal, Economic and political weekly, May 12, 2007.

13. Vivek Kumar Pandey Shambhunath, The Nagwa Born Hero : Mangal Pandey, Notion Press, 2022.

இதழ்கள், ஆவணங்கள்

1. இல்லஸ்டிரேட் வீக்லி

2. தி இந்து-தமிழ் திசை

3. தி ஹிந்து

4. தினமணி

5. தினமலர்

இணையத் தளங்கள்

1. 1857.in
2. britannica.com
3. csas.ed.ac.uk
4. gutenberg.net
5. puduvaiexpress.blogspot.com
6. tamil.news18.com
7. vallamai.com